ഒബ്രിഗാദ്, ദമൗ

obrigad, damao
novalet

•

kumudam sukumaran

•

first edition
february 2015

•

typesetting
megha

•

published
chintha publishers, thiruvananthapuram

•

printed
akshara offset, thiruvananthapuram

•

cover
prasoon

Rights reserved

വിതരണം

ദേശാഭിമാനി ബുക്ക് ഹൗസ്

H O തിരുവനന്തപുരം-695 035
phone: 0471-2303026, 6063026
www.chinthapublishers.com
chinthapublishers@gmail.com

ബ്രാഞ്ചുകൾ

ഹെഡ്ഡാഫീസ് ബ്രാഞ്ച് കുന്നുകുഴി • സ്റ്റാച്യു തിരുവനന്തപുരം • കെ എസ് ആർ ടി സി ബസ് സ്റ്റേഷൻ ആലപ്പുഴ • കെ എസ് ആർ ടി സി ബസ് സ്റ്റേഷൻ എറണാകുളം • ചിറ്റൂർ റോഡ് എറണാകുളം • മച്ചിങ്ങൽ ലെയ്ൻ തൃശൂർ • ഐ ജി റോഡ് കോഴിക്കോട് • മാവൂർ റോഡ് കോഴിക്കോട് • എൻ ജി ഒ യൂണിയൻ ബിൽഡിങ് കണ്ണൂർ • സെൻട്രൽ ബസ് ടെർമിനൽ കോംപ്ലക്സ് താവക്കര കണ്ണൂർ

CO - 2133 / 3576

ഒബ്രിഗാദ്, ദമൗ

(നോവലെറ്റ്)

കുമുദം സുകുമാരൻ

ചിന്ത പബ്ലിഷേഴ്സ്
തിരുവനന്തപുരം-695 035

കുമുദം സുകുമാരൻ

കൊടുങ്ങല്ലൂരിൽ ജനനം. അച്ഛൻ യു പി കെ മേനോൻ, അമ്മ ഗോപുരത്തിങ്കൽ ഗൗരിയമ്മ. ഉപരിപഠനം തൃശ്ശൂർ കേരളവർമ്മ കോളേജിൽ. ഇംഗ്ലീഷ് സാഹിത്യത്തിൽ ബിരുദം.

കേന്ദ്രഭരണപ്രദേശമായ ദമണിൽ ബാലഭവനിൽ ജോയിന്റ് ഡയറക്ടറായിരുന്നു. സാമൂഹ്യസേവനരംഗത്തും സാംസ്കാരിക മണ്ഡലത്തിലും സജീവം. വെസ്റ്റ്സോൺ കൾച്ചറൽ കമ്മിറ്റി മെമ്പറായിരുന്നു. 1989 ൽ അഖിലേന്ത്യാതലത്തിൽ ഉൽക്കൃഷ്ട സാമൂഹികപ്രവർത്തനത്തിനുള്ള ഇന്ദിരാ പ്രിയദർശിനി നാഷണൽ അവാർഡ് നേടി. വനിതാ പ്രസ്ഥാനത്തിൽ ഏറെക്കാലം പ്രവർത്തിച്ചു. ആനുകാലികങ്ങളിൽ കഥകൾ എഴുതുന്നു. ധാരാളം വിദേശരാജ്യങ്ങൾ സന്ദർശിച്ചിട്ടുണ്ട്. ഇപ്പോൾ സ്ഥിരതാമസം കോഴിക്കോട്.

കൃതികൾ : *ലൈഫ് ഈസ് ബ്യൂട്ടിഫുൾ, വീട്ടിലേക്കുള്ള വഴി, പുന്നമരപ്പൂക്കൾ* (കഥാസമാഹാരങ്ങൾ).

ഭർത്താവ്	:	വി സുകുമാരൻ
മക്കൾ	:	ഡോ. അജിത് സുകുമാരൻ (യു കെ) അനൂപ് സുകുമാരൻ (ബാങ്കോക്ക്)
വിലാസം	:	എ 5, 'സുരഭി' ഗിരിനഗർ കോഴിക്കോട് – 10
ഫോൺ	:	0495–2372066
മൊബൈൽ	:	9394101262

പ്രസാധകക്കുറിപ്പ്

ഗുജറാത്തിനോട് ചേർന്ന് അറബിക്കടലോരത്ത് സ്ഥിതി ചെയ്യുന്ന മുൻ പോർച്ചുഗീസ് കോളനിയാണ് ദമൺ. ദമണിന്റെ നടുവിലൂടെ ദമൺ ഗംഗ ഒഴുകുന്നു. പോർച്ചുഗൽ എന്ന കൊളോണിയൽ ശക്തിയെ ഇന്ത്യയിൽ നിന്നൊഴിപ്പിച്ചെടുക്കാൻ ഇന്ത്യാഗവൺമെന്റിന് 1960 കളുടെ തുടക്കത്തിൽ ബലപ്രയോഗം വേണ്ടിവന്നു. പോർച്ചുഗീസുകാർ ഒഴിഞ്ഞതിനുശേഷമുള്ള ദമണിലെ ജീവിതമാണ് *ഒബ്രിഗാദ്, ദമൗ* എന്ന നോവൽ. ദമണിൽ ഇരുപതിലേറെ വർഷക്കാലം ജീവിച്ച കുമുദം സുകുമാരൻ ദമണിലെ മാറിവരുന്ന ജീവിതത്തെ അതിസൂക്ഷ്മമായി ചിത്രീകരിച്ചിരിക്കുന്നു. മലയാളികൾക്ക് തികച്ചും അപരിചിതമായ ഒരു ഭൂവിഭാഗത്തെയും ജനതയെയും അവരുടെ ജീവിതബന്ധങ്ങളെയും സമഗ്രമായി ആവിഷ്കരിക്കുന്നതിൽ ഈ നോവൽ വിജയിച്ചിട്ടുണ്ട്.

ചിന്ത പബ്ലിഷേഴ്സ്

സമർപ്പണം

ദമൺ എന്ന മനോഹര ദേശത്തിന്

ആമുഖം

റിട്ടയർ ചെയ്ത് പത്തുകൊല്ലത്തിനുശേഷം ആ ചെറിയ പോർച്ചുഗീസ് സ്ഥലമായ ദമണിലേക്കു പോകുമ്പോൾ അവിടെ ചെലവഴിച്ച ഇരുപതു കൊല്ലം ഓർത്തുപോയി. എന്തെല്ലാം മാറ്റങ്ങളാണ് ഞങ്ങളുടെ ജീവിതത്തിൽ വരുത്തിയതെന്ന് ഞാൻ ആലോചിച്ചു. ഞങ്ങളുടെ യൗവനം ചെലവഴിച്ചത്, ഞങ്ങളുടെ കുട്ടികൾ പഠിച്ചു വളർന്നത് ഒക്കെ ഇവിടെ. പ്രശാന്തവും രമണീയവുമായ ഒരിടം. ബോംബെയിൽനിന്ന് വാപി വരെ ട്രെയിൻ. വാപിയിൽനിന്ന് പതിമൂന്നു കിലോമീറ്റർ ടാക്സി. കടൽവക്കത്തെ ദമൺ. ദമണിലെ ഭൂപ്രകൃതി തന്നെ വ്യത്യസ്തം. നിറയെ വലിയ മരങ്ങൾ, പൂക്കൾ, നല്ല റോഡ്. ഉപ്പു പാടശേഖരം കഴിഞ്ഞാൽ ദമൺ ടൗൺ ആയി. ദമണിന്റെ നടുവെ ഒഴുകുന്ന ദമൻ ഗംഗ എന്ന ചെറിയ നദി ദമണിനെ രണ്ടായി വിഭജിക്കുന്നു. നദിയുടെ വടക്കുഭാഗം നാനി ദമൺ (പെറ്റിറ്റ് ദമൗ), തെക്ക് ഭാഗം മോട്ടിദമൺ (ഗ്രാൻഡ് ദമൗ). മോട്ടി ദമണിലാണ് എല്ലാ ഗവൺമെന്റ് ഓഫീസും കോൺവെന്റും പ്രധാന ചർച്ചുകളും. അത് വലിയ ഒരു കോട്ടയ്ക്കുള്ളിലാണ്, ഫോർട്ട് ഏരിയ.

വളരെപണ്ട് പോർച്ചുഗീസ് ഭരണകാലത്ത് നാനിദമണും മോട്ടിദമണും ഇടയിൽ ദമൺ ഗംഗാനദിയിൽ ഒരു പാലം പണിതു. അതിന്റെ ഉദ്ഘാടനവേളയിൽ ഗവർണ്ണറുടെ വണ്ടി കടന്നുപോയതും പാലം തകർന്നുവീണു. ആളപായമൊന്നുമുണ്ടായില്ല. നാണക്കേട് സഹിക്കവയ്യാതെ അത് പണിത പോർച്ചുഗീസ് എഞ്ചിനീയർ സ്വയം വെടിവെച്ചു മരിച്ചു. കുറെയധികം കൊല്ലങ്ങൾക്കുശേഷം ഇന്ത്യാഗവൺമെന്റ് ഒരു പാലം നിർമ്മിച്ചു. അത് ഒരു മഴക്കാലത്ത് തകർന്നു വീഴുന്നത് ഞങ്ങൾ ജെട്ടിയിൽ നിന്നു കണ്ടിരുന്നു. ശീട്ടുകൾ വീഴുന്നതുപോലെ ഒരു തൂൺ മറ്റൊരു തൂണിലേക്ക് ചാഞ്ഞു. പിന്നീട് പാലം വേണ്ടെന്ന് വച്ചു. ബോട്ടിൽ

തന്നെ യാത്ര നദി കടക്കുവാൻ.

ഇപ്പോൾ പാലം വളരെ ദൂരത്താണ്. അഴിമുഖത്തുനിന്ന് മൈലുകളോളം ദൂരത്തിൽ ഞങ്ങളുടെ ടാക്സി മനോഹരമായ പാലം കടന്ന് മോട്ടിദമണിലേക്ക് പ്രവേശിച്ചു. ദമൺ വളരെ മാറിയിരിക്കുന്നു. പഴയ ശാന്തതയും ഭംഗിയും ഇല്ല. ഞാൻ പഴയ കാലത്തിന്റെ കഥയാണ് പറയാൻ പോകുന്നത്; എഴുപതുകളിലെ ദമൺ. ഈ പുസ്തകത്തിന്റെ രചനയ്ക്ക് എന്നെ പ്രോത്സാഹിപ്പിച്ചത്, മാർഗ്ഗനിർദ്ദേശം നല്കിയത് വിഖ്യാതനായ ശ്രീ സി രാധാകൃഷ്ണൻ. കൈയെഴുത്തുപ്രതി തയ്യാറായപ്പോൾ അദ്ദേഹം കഥ മനസ്സിരുത്തി വായിക്കുകയും സൂക്ഷ്മതലത്തിലേക്ക് കടന്നു ചെല്ലുന്ന ഒരവതാരികയാൽ ഈ കൃതിയെ അനുഗ്രഹിക്കുകയും ചെയ്തു. അദ്ദേഹത്തോടുള്ള നന്ദി വാക്കുകളിൽ ഒതുങ്ങുന്നില്ല.

ഈ നോവലിന്റെ രചനയ്ക്കായി എന്നെ സദാ പ്രേരിപ്പിച്ചുകൊണ്ടിരുന്ന, എന്റെ മരുമക്കൾ രജിതയും ദീപയും, അവരായിരുന്നു രചനാവേളയിൽ എന്റെ ഊർജ്ജസ്രോതസ്സ്. അവരോട് ഞാൻ ഏറെ കടപ്പെട്ടിരിക്കുന്നു.

കുമുദം സുകുമാരൻ

"ഒബ്രിഗാദ്," കുമുദം സുകുമാരൻ

സി രാധാകൃഷ്ണൻ

ഒന്നിലേറെ സമാഹാരങ്ങളിലായി കുറെ നല്ല കഥകൾ നമുക്കു തന്ന ആളാണല്ലോ കുമുദം സുകുമാരൻ. അവരുടെ കഥകൾ പലപ്പോഴും വല്ലാതെ കുറുക്കിയ ആഖ്യാനങ്ങളാണെന്ന് എനിക്കു തോന്നിയിട്ടുണ്ട്. വളരെയേറെ പറയാനുള്ള കാര്യങ്ങളുടെ വളരെ പിശുക്കിപ്പിടിച്ച ചുരുക്കെഴുത്തുകൾ. അതുകൊണ്ടുതന്നെ ഒന്നിലേറെ തവണ ഞാനവരോടു പറഞ്ഞു. "ഇനി എഴുതാനുള്ള ഏതെങ്കിലും ഒരു കഥ ഒരു നോവലായി വരട്ടെ."

ഇതാ ഇപ്പോൾ അതു സംഭവിച്ചിരിക്കുന്നു. ഇതൊരു സ്ഥലകാല ചിത്രമാണ്. സംസ്കാരവും ഭാഷയും വിശ്വാസവും ജീവിതവും ഭിന്ന ശൈലികളിൽ ഒഴുകി നന്നായി ഒരു മൂശയിൽ മറ്റൊരു അപൂർവ്വ ചേരുവയായി വാർക്കപ്പെടുന്ന ചിത്രം. അതിനായി ഉരുത്തിരിയുന്ന ദയനീയങ്ങളായ ജീവിതങ്ങളുടെ കഥാസരിത് സാഗരം.

ഇന്ത്യാരാജ്യത്ത് ഇങ്ങനെയൊരു ഇടവും വടിവും ഉള്ളതായി ഏറെപ്പേർക്കും അറിവുണ്ടാവില്ല—അറിഞ്ഞവരിൽ മിക്കവർക്കും ഓർമ്മയും ഉണ്ടാവില്ല.

വർഷങ്ങൾക്കുശേഷമാണെങ്കിലും കഥാകാരി ഓർമ്മയിൽനിന്ന് പകർത്തുന്ന നിരീക്ഷണാനുഭൂതികൾക്കുള്ള സജീവത ശ്രദ്ധേയമാണ്. പരിണാമങ്ങളെ എത്ര സൂക്ഷ്മമായ സമൂഹശാസ്ത്ര—നരവംശ ശാസ്ത്ര ബോധത്തോടെയാണ് ഉൾക്കൊള്ളുന്നത് എന്ന് നോക്കുക. കഥാപാത്രങ്ങളുടെ വൈകാരികതലം പശ്ചാത്തലത്തിൽ സ്ഥിരമായി നിർത്തിക്കൊണ്ട് സമഗ്രമായ യാത്രാവിവരണാനുഭൂതി കൂടി ഈ നോവൽ പകർന്നു തരുന്നു.

ഈ മുൻ വിദേശകോളനിയിൽ ഒരു പ്രത്യേക കാലാവസ്ഥയിൽ

എന്തു സംഭവിച്ചു എന്ന് പഠിക്കാൻ ആർക്കെങ്കിലും നാളെ ആവശ്യം വന്നാൽ ഈ ചെറുകൃതി മാത്രം അതിനു ധാരാളം മതിയാവും.

വേർപാടുകളുടെയും കാത്തിരിപ്പുകളുടെയും സമാഗമങ്ങളുടെയും കയ്പും മധുരവും ചിമിഴിലാക്കിവെച്ചിരിക്കുന്നു. പ്രത്യേക വിഭവങ്ങളുടെ ഗന്ധങ്ങൾ മുതൽ ഉടുപ്പുകളുടെ സവിശേഷതകളും നൃത്തനൃത്യങ്ങളുടെ താളവിശേഷങ്ങളും വരെ പളുങ്കുപാത്രത്തിലെ മീനുകൾപോലെ കൺമുന്നിലും നാസാരന്ധ്രങ്ങളിലും കാതുകളിലും തിങ്ങുന്നു. മനസ്സിലൂടെയാണ് ആദ്യം അകത്തു കയറുന്നതെന്ന പ്രത്യേകതയുണ്ട്.

ഈ കൃതി വായിച്ചുകൊണ്ടിരിക്കുമ്പോൾ എന്തുകൊണ്ടെന്നറിയില്ല ഞാൻ ഒരേസമയം മാർക്വേസിനെയും പൊറ്റെക്കാടിനെയും ഓർത്തുപോയി. ഇരുവരുടെയും മനസ്സിന്റെ ഉച്ചകങ്ങളിൽ ചില സാന്ധ്യശോഭകൾ ഈ കൃതിയിൽ ചാഞ്ഞുവീഴുന്നു.

ഒരു കാര്യം തീർച്ചയാണ്. മലയാളത്തിൽ ഒരു ആഖ്യായികയും ഇന്നോളം കൈകാര്യം ചെയ്തിട്ടില്ലാത്തതും ഒരു വായനക്കാരനും കണ്ടിട്ടില്ലാത്തതുമായ പശ്ചാത്തലവും ഇതിവൃത്തവുമാണ് ഈ കൃതിയിൽ. അതുകൊണ്ടുതന്നെ ഇതിനൊരു ഒന്നാം സ്ഥാനമുണ്ട്.

അഥവാ, ഒരു ഗുരുനാഥൻ തന്റെ ശിഷ്യരിലെ ജീവിതങ്ങളെ അറിയുമ്പോൾ അതിലൂടെ ആ നാടിനെ മറ്റാരെയുംകാൾ നന്നായി അറിയുന്നതിൽ എന്തത്ഭുതം.

അന്യഥാ ലഭ്യമല്ലാത്ത ഈ അനുഭൂതികൾ മലയാളത്തിനു സമ്മാനിച്ചതിന് ഒബ്രിഗാദ്, കുമുദം സുകുമാരൻ.

ഒന്ന്

ഒരു ശൈത്യകാല സായാഹ്നത്തിൽ തെളിഞ്ഞ ആകാശത്തിനു പകരം പൊടിപടലംകൊണ്ടും പുകകൊണ്ടും മോട്ടിദമണിലെ (ഗ്രാൻഡ് ദമൗ) ആകാശം ഇരുണ്ടിരുന്നു. ആയിരത്തിത്തൊള്ളായിരത്തി അറുപതിലെ സ്വാതന്ത്ര്യസമരം എന്നു വിളിക്കാമെങ്കിൽ അതായിരുന്നു അന്ന് നടന്നത്. ഇന്ത്യൻ ആർമി രണ്ടു ചെറിയ ബോംബുകൾ മോട്ടിദമണിൽ രണ്ടിടങ്ങളിലായി വർഷിച്ചിട്ടുപോയി. പൊതുവെ ജനസാന്ദ്രത വളരെ കുറവായ സ്ഥലമായിട്ടും ആളുകൾ അങ്ങോട്ടുമിങ്ങോട്ടും ഓടിത്തുടങ്ങി. ഫോർട്ട് ഏരിയായിലാണ് രണ്ടു ബോംബും വീണത്. ഗവർണ്ണറുടെ പാലസ് അടക്കം എല്ലാ ഗവൺമെന്റ് ഓഫീസുകളും ആശുപത്രി, ജയിൽ, പ്രധാന പള്ളി, കോൺവെന്റ് എല്ലാം ഫോർട്ട് ഏരിയായിലാണ്. അതായത് പഴയ പോർച്ചുഗീസ് കോട്ടയ്ക്കുള്ളിൽ. കോട്ടയ്ക്കുചുറ്റും വെള്ളം നിറഞ്ഞ തോടും ഉണ്ട്.

ബോംബ് വീണ് പള്ളിയുടെ ഒരുഭാഗം തകർന്നു. രണ്ടാമത്തെ ബോംബ് വീണത് റേഡിയോ സ്റ്റേഷനിലാണ്. "റേഡിയോ ദമൗ" എല്ലാം നിശ്ചലമായി. ദമൺ പൂർണ്ണമായും ഒറ്റപ്പെട്ടു. പുറംലോകവുമായി ഒരു ബന്ധവും ഇല്ലാതായി, പ്രത്യേകിച്ച് ഗോവയിൽനിന്നും അവിടെ എന്തു നടക്കുന്നു എന്നറിയാതെ ദമൺ ഗവർണ്ണർ തന്റെ ചെറിയ സൈന്യത്തോട് ഫയർ ചെയ്യാൻ ആജ്ഞാപിച്ചു.

കോൺസ്റ്റബിൾ ജോൺ കൊലാസോവിനു ബോർഡറിലായിരുന്നു ഡ്യൂട്ടി. ജോൺ, നീണ്ടുമെലിഞ്ഞ് ഇരുനിറത്തിൽ അമ്പത്തഞ്ചു വയസ്സായ പൊലീസ് ദമണിന്റെ മൂന്നുവശവും ചെക്ക്പോസ്റ്റുണ്ട്. വടക്കുഭാഗത്ത് ഗുജറാത്തിലേക്ക് കടക്കുന്നഭാഗത്ത്, കിഴക്ക് വാപിയിലേക്കുള്ള വഴിയിൽ, തെക്കുഭാഗത്ത് മഹാരാഷ്ട്രയിലേക്ക് കടക്കുന്ന ഭാഗത്ത്, പടിഞ്ഞാറ്

പിന്നെ അറേബ്യൻ സമുദ്രമാണല്ലോ. ജോൺ തെക്കുഭാഗത്തെ ചെക്ക് പോസ്റ്റിലായിരുന്നു. യുദ്ധം, ബോംബ്, പ്ലെയിൻ എന്നൊക്കെ പറഞ്ഞ് ആളുകൾ വിരണ്ടോടിയപ്പോൾ അയാളും ഓടി രക്ഷപ്പെട്ടു. കോട്ടയ്ക്കകത്ത് കടക്കുവാൻ ധൈര്യമുണ്ടായില്ല. കോൺവെന്റിന്റെയും കോട്ടയുടെയും ഇടയിൽ വെള്ളത്താൽ ചുറ്റപ്പെട്ട സ്ഥലത്ത് അയാൾ ഒളിച്ചിരുന്നു. മൂന്നുദിവസം വെള്ളവും ആഹാരവുമില്ലാതെ അയാൾ വലഞ്ഞു. ആകെ സ്ഥിതി ശാന്തമായപ്പോൾ പുറത്തുകടക്കാം എന്നു തോന്നി.

ജോൺ കൊലാസോവ് പതുക്കെ എഴുന്നേറ്റ് നാലുപുറവും നോക്കി. ഒരു ശബ്ദവുമില്ല. സാവധാനം നടന്നു. പള്ളിയുടെ വശത്തുള്ള കോട്ടയുടെ ഒരുവശം ഇടിഞ്ഞിട്ടുണ്ട്. ആ വിടവിൽക്കൂടി അയാൾ കോട്ടയ്ക്കകത്ത് പ്രവേശിച്ചു. കോട്ടയ്ക്കകത്ത് നിറയെ സമാന്തരങ്ങളായ റോഡുകളാണ്. ഏതുവഴി പോയാലും നടുക്കെത്തും. അയാൾ കോട്ടയ്ക്കുള്ളിൽനിന്ന് പുറത്തേക്കുള്ള ഗേറ്റിലേക്ക് നടന്നു. കല്ലുകളൊക്കെ ചിതറിക്കിടക്കുന്നുണ്ട്. പക്ഷേ, ആരെയും കാണുന്നില്ല. പോസ്റ്റാഫീസിന്റെയും റേഡിയോ സ്റ്റേഷന്റെയും ഒരു ഭാഗം തകർന്നിട്ടുണ്ട്. അടുത്തുള്ള പെട്രോൾ ടാങ്കിന് ഒന്നും സംഭവിച്ചില്ല. പെട്രോൾ എല്ലാം അടിയിലാണല്ലോ? കോട്ടയുടെ പടിഞ്ഞാറെ വലിയ ഗേറ്റിന്റെ അടുത്ത് കോട്ടയ്ക്കു മുകളിലായി പഴയകാലത്ത് കുറ്റവാളികളെ പരസ്യമായി തൂക്കിക്കൊല്ലുന്ന പതിവുണ്ടായിരുന്നു. ആ തൂണും അതിലെ പലകയും അതേപടി നിലനില്ക്കുന്നു. അന്നൊക്കെ തൂക്കിക്കൊന്ന് ഒരാഴ്ചയോളം ജഡം അങ്ങനെ തന്നെ അവിടെ ഇട്ടിരുന്നുവത്രെ. കോട്ടയുടെ മുകളിലായതുകൊണ്ട് എല്ലാവർക്കും ദൂരത്തുനിന്നുതന്നെ കാണാം. അതുകൊണ്ട് കുറ്റങ്ങൾ കുറവായിരുന്നു. കട്ടവർക്ക് കൈവെട്ടൽ ശിക്ഷവരെ ഉണ്ടായിരുന്നു. അന്നൊക്കെ കളവേ ഉണ്ടായിരുന്നില്ല.

ജോൺ ഗേറ്റുകടന്ന് പുറത്തെത്തി. ജീവനോടെ തിരിച്ചെത്തുമെന്ന് കരുതിയതല്ല. ഓ, മദർ മേരി, ഓ, ജീസസ് എന്നെ രക്ഷിച്ചതിന് നന്ദി. കോട്ടയ്ക്കുപുറത്തുള്ള വലിയ തോടിന്റെ മീതെയുള്ള പാലം കടന്ന് മെയിൻറോഡിന്റെ വശത്തുകൂടെ പോകുന്ന ചെറിയ റോഡിലൂടെ നടന്നു. ആരെയും പുറത്തുകാണുന്നില്ല. ആരെയും കാണാത്തത് നന്നായി. തന്റെ കോലംകെട്ട രൂപം കാണില്ലല്ലോ? വിശന്നുവലഞ്ഞ്, ദാഹിച്ച്, ഭ്രാന്തനെപ്പോലെ ആയ തന്നെ ആരും കാണണ്ട. വീട്ടിലെത്തിയതും ഭാര്യ അന്ന മറിയ ഓടിവന്നു. “ഓ, മൈ ലവ്, എവിടെയായിരുന്നു ഇത്രനാളും, ഞങ്ങൾ ഭയന്നിരിക്കുകയായിരുന്നു ഒരു വിവരവും അറിയാതെ” അവൾ ജോണിനെ ആലിംഗനം ചെയ്ത് പൊട്ടിക്കരഞ്ഞു. ഞാൻ മദർ മേരിയുടെ മുന്നിൽ മുട്ടുകുത്തിനിന്ന് പ്രാർത്ഥിക്കുകയായിരുന്നു. “ഓ, ജീസസ്, എന്റെ ഭർത്താവ് മടങ്ങിവന്നല്ലോ, ഒബ്രിഗാദ് (നന്ദി)”

“കുട്ടികൾ” ജോൺ അന്വേഷിച്ചു.

“അവർ ഭയന്ന് റൂമിൽ ഇരിക്കുകയാണ്. വിളിച്ചാലേ പുറത്തുവരൂ.” അവൾ കുട്ടികളെ വിളിച്ചു. “ഫ്രാൻസിസ്, ദാ, നോക്ക്, പപ്പ വന്നു. എല്ലാ

വരെയും കൂട്ടി വാ."

കൗമാരക്കാരനായ ഫ്രാൻസിസ് മറ്റു തന്റെ നാല് അനിയന്മാരെയും കൂട്ടി അച്ഛനെ കാണാൻ വന്നു. ഒന്നരവയസ്സുകാരൻ സാമുവേൽ അച്ഛന്റെ മേലേക്ക് ചാഞ്ഞുവന്നു. ജോൺ അവനെ വാരിയെടുത്തു. അയാൾക്ക് വളരെ സന്തോഷവും സമാധാനവും തോന്നി. "ഓ ജീസസ്" അയാൾ ദൈവത്തോട് നന്ദി പറഞ്ഞ് കുരിശു വരച്ചു.

"ഒന്നു കുളിച്ചു വരൂ. ഞാൻ ഭക്ഷണം ഉണ്ടാക്കാം" മറിയ പറഞ്ഞു. അയാൾ കുളിക്കാൻ പോയി. അവൾ പൊടിയരിയും മാക്രോണിയും കുറച്ചു പച്ചക്കറിയും ഇട്ട് ഒരു സൂപ്പുണ്ടാക്കി. അതുമാത്രമേ അവിടെ ഉണ്ടായിരുന്നുള്ളൂ. ജോണും ഭാര്യയും കുട്ടികളും ഒന്നിച്ചിരുന്ന് ഭക്ഷണം കഴിച്ചു.

'ഇനി എന്ത്' എന്ന് വിചാരിക്കുമ്പോഴാണ് ജോർജ്ജ് മെൻഡോൺസ് വന്ന് കതകിൽ മുട്ടിയത്. കോൺസ്റ്റബിൾ മെൻഡോൺസ് കുറച്ച് തടിച്ച്, നല്ല ഡ്രസ്സെൻസുള്ള, വെളുത്ത ഒരു അമ്പതു വയസ്സുകാരൻ, അയാളുടെ നിറത്തിൽ അയാൾ അതിയായി അഭിമാനിച്ചിരുന്നു.

"കോമിസ്ത ജോൺ." (ഗുഡ്മോണിങ്)

"ഇസ്തബോ." ജോൺ കൊലാസോവ് പ്രതിവാദനം ചെയ്തു.

"ഓ ജോൺ, തന്നെ വീണ്ടും കണ്ടതിൽ അതിയായ സന്തോഷം. എല്ലാവരും വ്യസനിച്ചിരിക്കുകയായിരുന്നു. പൊതുവെ നമ്മുടെ ആളുകൾക്കാർക്കും അപകടമൊന്നും ഉണ്ടായിട്ടില്ല. ഏതായാലും ഇനി ഭയപ്പെടേണ്ട. യുദ്ധം കഴിഞ്ഞു."

"യുദ്ധം കഴിഞ്ഞോ? ഞാൻ ഒന്നും അറിഞ്ഞില്ല."

"അതെ, യുദ്ധം കഴിഞ്ഞു. ഇപ്പോൾ സ്ഥിതി ശാന്തമാണ്. പക്ഷേ, നമ്മുടെ ഭരണം മാറി. ഇന്ത്യൻ ഭരണമാണിപ്പോൾ. നമ്മുടെ ഗവർണ്ണറും ഫാമിലിയും ലിസ്ബണിലേക്ക് പോയി. രണ്ടു വിമാനങ്ങളിലായി എല്ലാ പോർച്ചുഗീസ് ഓഫീസർമാരും നമ്മുടെ കുടിൻ ഡോക്ടറും പോയി. പിന്നെ രണ്ടു വലിയ കപ്പലിൽ അവരുടെ ശിങ്കിടികളായ നമ്മുടെ കുറെ ആളുകളും പോയി രാത്രിക്കു രാത്രി. ജീവിതം തിരിച്ചുകിട്ടിയ പട്ടാളക്കാരും പോയി. ആഫ്രിക്കൻ പട്ടാളക്കാർ മുഴുവനും പോയത് നന്നായി."

"നമ്മുടെ ആളുകൾ ആരൊക്കെയാണ് പോയത്?"

"മഷാഡോ ഫാമിലിയിലെ മൂന്നു സഹോദരിമാരും, പരേര ഫാമിലി മുഴുവനും. അങ്ങനെ മിടുക്കുള്ളവരൊക്കെ ലിസ്ബണിലേക്ക് കടന്നു. എല്ലാം പെട്ടെന്നായിരുന്നു. എല്ലാവരും കുറച്ച് തുണികൾ മാത്രം എടുത്ത് രക്ഷപ്പെട്ടു. ഇനി പുതിയ ഭരണം എന്താകുമോ, ആവോ?"

"നമ്മുടെ ജോലി പോകില്ലായിരിക്കും" ജോൺ.

"ജോലി പോകില്ലാ എന്ന് തോന്നുന്നു. പക്ഷേ, പോർച്ചുഗീസ് ശമ്പളം തരുമോ എന്നൊരു സംശയം ഇല്ലാതില്ല." മെൻഡോൺസ്.

"ഇനി എന്താകും നമ്മുടെ ഭാവി?" ജോൺ.

"അതെ, അതാണ് ഞാനും ചിന്തിക്കുന്നത്. ഓ ജീസസ്, നമ്മുടെ

ഭാവി ഇരുളടഞ്ഞതാകുമോ? അങ്ങനെയാണല്ലോ നമ്മളൊക്കെ പെരുമാറിയത്! ഇവിടത്തുകാർക്ക് ഒരു സൗകര്യവും ഉണ്ടാക്കിക്കൊടുക്കാറില്ലല്ലോ? എല്ലാം കാത്തലിക്കിനുമാത്രം. ഇനി ഇന്ത്യക്കാർ വന്ന് തിരിച്ചടിക്കില്ലെ?"

ജോൺ തലയാട്ടിക്കൊണ്ട് പറഞ്ഞു: "തിരിച്ചടിക്കാതിരിക്കില്ല. അവർക്ക് അത്രയ്ക്ക് രോഷമുണ്ട് നമ്മളോട്. ബോട്ടിൽ കേറുമ്പോൾ പോലും നമ്മൾ (സിഞ്ഞോർ) കേറിയിട്ടേ അവർക്ക് കയറാൻ പാടുള്ളൂ. സ്റ്റോറിൽ വരുന്ന എല്ലാ നല്ല സാധനങ്ങളും നമ്മൾക്ക് കിട്ടിയിട്ട് ബാക്കി ഉണ്ടെങ്കിൽ മാത്രം അവർക്ക്. അതായിരുന്നല്ലോ നമ്മുടെ ഏർപ്പാട്! അപ്പോപ്പിന്നെ ഹിന്ദുക്കളും മുസ്ലീമുകളും പ്രതികരിക്കാതിരിക്കില്ലേ."

"പക്ഷേ" മെൻഡോൺസ് പറഞ്ഞു. "ഇനി സ്റ്റോറിൽ ലിസ്ബണിൽ നിന്നും ഗോവയിൽനിന്നും ഒരു സാധനവും വരില്ല."

"ഓ, അതു ശരിയാണല്ലോ. ഇനി എങ്ങനെ നമ്മൾ ജീവിക്കും. നോൺകാത്തലിക്സിനെപ്പോലെ ഇവിടത്തെ ബുംബല (ബോംബെഡക്ക് എന്ന മീൻ) തിന്ന് ജീവിക്കുവാൻ നമുക്ക് സാധിക്കുമോ? ഫോറിൻ മദ്യവും സിഗററ്റും ടിൻഫിഷും ടിൻഫ്രൂട്ടുമൊന്നുമില്ലാതെ എങ്ങനെ കഴിയും നമ്മൾ? ഇതൊക്കെ ശീലിച്ച് നമ്മൾ ഇന്ത്യൻ ജീവിതവുമായി എങ്ങനെ പൊരുത്തപ്പെടും? ഓ ജീസസ്, ഒരു വഴികാട്ടിത്തരണമെ."

രണ്ട്

പുതിയ സാഹചര്യങ്ങളിലേക്ക് ജനങ്ങൾ സാവധാനം ഇണങ്ങി വരികയാണ്, ഹിന്ദുക്കൾക്കും മുസൽമാന്മാർക്കും സന്തോഷം. പോർച്ചു ഗീസുകാരുടെ മുഷ്ക് സഹിക്കേണ്ടല്ലോ? അവർക്കെല്ലാം കുറച്ചഭിമാ നവും കുറെയധികം അഹങ്കാരവും തോന്നി. മാച്ചികളുടെ (മുക്കുവരുടെ) നേതാവായ കാജ്ജീഭൈ, അയാളുടെ മത്സ്യബന്ധന ബോട്ടിൽ ചെറിയ തോതിൽ കള്ളക്കടത്ത് തുടങ്ങി. ദമണിൽ രണ്ടുതരം മുക്കുവരാണ്. ഗുജ റാത്തി സംസാരിക്കുന്നവർ നാനിദമണിലാണ് അധികവും. മറാട്ടി സംസാ രിക്കുന്നവർ മോട്ടിദമണിലും. പണ്ട് പോർച്ചുഗീസുകാർ അവരുടെ സ്ഥല മായ 'വസയ്യിൻ'നിന്ന് കൊണ്ടുവന്നതാണ്, "മാഗ്കെലായ." മാഗേല. (ചോദിച്ചു കൊണ്ടുവന്നവർ)

മാച്ചികളാണ് ശക്തരും പ്രബുദ്ധരും. കാജ്ജീഭൈയും കൂട്ടരും അവ രുടെ ബോട്ടുകൾ നടുക്കടലിൽ നങ്കൂരമിടും. പുറത്തുനിന്ന കപ്പലുകളിൽ നിന്ന് സാധനങ്ങൾ ഇവരുടെ ബോട്ടിലേക്ക് കടത്തുന്നു. രാത്രിയിലാണ് കള്ളക്കടത്ത് അധികവും. ആദ്യമാദ്യം പുറത്തുനിന്നുള്ള തുണിത്തര ങ്ങൾ ആയിരുന്നു. പിന്നീട് സ്വർണ്ണവും മറ്റു പല സാധനങ്ങളും ദമണി ലേക്ക് ഒഴുകിത്തുടങ്ങി. അടുത്ത സ്റ്റേറ്റിൽനിന്നുമുള്ള കച്ചവടക്കാർ ധാരാ ളമായി ദമണിൽവന്നുകൂടി. സ്വർണ്ണ ബിസിനസ് കോടികളുടേതാണ്. ക്രമേണ അതൊരു ബിസിനസ് സാമ്രാജ്യമായിമാറി. പുതുതായിവന്ന ഇന്ത്യൻ ഓഫീസേഴ്സിനെയൊക്കെ കാജ്ജീഭൈ പാട്ടിലാക്കി. അയാൾ ദില്ലിവരെ പിടിമുറുക്കി. ഒരുപാട് രാഷ്ട്രീയ നേതാക്കളെയും കൈയിലെ ടുത്തു. എത്ര തിരക്കുള്ള സമയമായാലും ദമണിലുള്ള എല്ലാ മാച്ചിക ളെയും സഹായിക്കാൻ അയാൾ മറന്നില്ല. എഴുത്തും വായനയും അറി യാത്ത കാജ്ജീഭൈക്ക് തന്റെ കീഴിൽ ഇരുപതോളം ഇൻകംടാക്സ്

ഓഫീസേഴ്സ് ഉണ്ടായിരുന്നു. എല്ലാവരും ഗവൺമെന്റിൽനിന്ന് റിട്ടയർ ചെയ്തവർ. അയാളെയോ അയാളുടെ ചങ്ങാതിമാരെയോ ആർക്കും തൊടുവാൻ കഴിഞ്ഞില്ല. കുറച്ചുകാലം കൊണ്ടുതന്നെ മാച്ചികളൊക്കെ പണക്കാരായി. അവരുടെ കുടിലുകൾ എല്ലാം പൊളിച്ച് നല്ല വലിയ വീടുകൾ വന്നു. വീടിന്റെ മുന്നിലെ വരാന്തയിൽ ഹിന്ദുദൈവങ്ങളുടെ ഒരുപാടു പടങ്ങൾ ചില്ലിട്ടുവച്ചു.

ചുരുക്കത്തിൽ, മാച്ചികളുടെ ഭരണമായി, പ്രത്യേകിച്ചും നാനിദമണിൽ പുതുമടിശ്ശീലക്കാരുടെ എല്ലാ തിന്മകളും അവിടെ നടമാടി. കുട്ടികളെയൊക്കെ വലിയ പബ്ലിക് സ്കൂളുകളിൽ, പാഞ്ചഗണിയിൽ കൊണ്ടുചെന്ന് ചേർത്തു. കോൺവെന്റിലും അവർ ആദ്യമായി ചേർന്നു. കുട്ടികൾ പഠിക്കുന്നുണ്ടോ എന്നവർ ശ്രദ്ധിക്കാറില്ല.

കാത്തലിക് ഒഴിഞ്ഞുമാറിനിന്നു. ആരോടും അടുത്തില്ല. തികച്ചും വേറെ ഒരു വിഭാഗം. സുന്ദരമായ ക്രിസ്മസ് സീസൺ വരികയാണ്. എങ്ങും പൂക്കൾ വിടർന്നു, സുഖകരമാണ് തണുപ്പും. പച്ചക്കറികളും പഴങ്ങളും മത്സ്യവും ധാരാളം മാർക്കറ്റിൽ വന്നുതുടങ്ങി.

ബേബി ജീസസിനെ വരവേല്ക്കാൻ എല്ലാ കാത്തലിക് വീടുകളും ചായം തേച്ച് ഭംഗിയാക്കി. തോരണങ്ങൾ തൂക്കി. പല വർണ്ണത്തിലുള്ള നക്ഷത്രങ്ങൾ തൂക്കിയിട്ടു. എല്ലാം അവരുടെ വീടുകളിൽത്തന്നെ ഉണ്ടാക്കുന്നതാണ്. രാത്രിയിൽ അതിൽ കൊച്ചു കൊച്ചു മെഴുകുതിരികൾ കത്തിച്ച് അലങ്കരിക്കും. നല്ല കലാകാരന്മാരാണ് പൊതുവെ. സ്ത്രീകൾ കേക്ക് നിർമ്മാണത്തിൽ മുഴുകും. മനോഹരമായ മറ്റു പലഹാരങ്ങളും ഉണ്ടാക്കുവാൻ ഇവർ മിടുക്കികളാണ്. റവയും പഞ്ചസാരയും തേങ്ങയും കൊണ്ടുള്ള ഡയമണ്ട്കട്ട്, പിന്നെ പലനിലകളിലുള്ള ബിബിങ്, അങ്ങനെ പലതും നാവിലലിഞ്ഞുചേരുന്ന പലഹാരങ്ങൾ കാണുമ്പോൾ അതിസുന്ദരവും.

ദമണിൽ എവിടെയും കേക്കിന്റെ സ്നിഗ്ദ്ധമായ മണം നിറഞ്ഞു. അവിടത്തെ ഏറ്റവും നല്ല കാലമാണ് ക്രിസ്തുമസ് കാലം.

വീടുകളിലും പള്ളികളിലും കോൺവെന്റിലും ബേബി ജീസസ് ജനിച്ച പുൽക്കൂടിൽ ഉണ്ടാകും. അതിന്റെ മനോഹാരിതയിൽ അവർ പരസ്പരം മത്സരിച്ചിരുന്നു. അലങ്കാരസാധനങ്ങളൊക്കെ ബോംബെ ആന്റി എന്ന മറിയം ലോപ്പസ് ബോംബെയിൽനിന്ന് കൊണ്ടുവന്നു കൊടുക്കും.

പള്ളികളിലേക്കുള്ള ജനങ്ങളുടെ ഒഴുക്ക് ഒന്നു കാണേണ്ടതുതന്നെയാണ്. പുതിയ കുപ്പായങ്ങളിട്ട് നന്നായി അണിഞ്ഞൊരുങ്ങിയാണ് പള്ളിയിൽ പോകുന്നത്. കാലിലെ ഷൂ വരെ പുതിയതായിരിക്കണം. അതിലവർക്ക് വലിയ നിർബ്ബന്ധമാണ്.

പള്ളിയിൽ പ്രാർത്ഥനയൊക്കെ പോർച്ചുഗീസ് ഭാഷയിലാണ്. ഇവർ പ്രാർത്ഥന ബുക്ക് വായിക്കും. *ബൈബിൾ* വായിക്കാനുള്ള പോർച്ചുഗീസ് ഭാഷാവിജ്ഞാനം ആർക്കുമില്ല. പള്ളിയിൽവരുന്നതുതന്നെ മറ്റുള്ളവരുടെ

കുപ്പായവും ഷൂസും നോക്കി ചെറിയ ശബ്ദത്തിൽ കുശുമ്പുപറയുന്നതിനാണ്. പൊതുവെ അച്ചടക്കം നല്ലപോലെ പാലിക്കുന്നവരാണ്. കുട്ടികൾ വരെ ശബ്ദിക്കാതെ പള്ളിയിൽ ഇരിക്കും. ചെറുപ്പത്തിലുള്ള ശീലമാണത്.

ബോം ജീസസ് ചർച്ച്, ഉണ്ണിയേശുവിന്റെ ദേവാലയമാണ് ഏറ്റവും വലുത്, ഫോർട്ട് ഏരിയായിലെ നടുക്കു സ്ഥിതിചെയ്യുന്നു. പഴയ ഗോതിക്ക് മാതൃകയിലുള്ള അതിഗംഭീരമായ പള്ളി. പോർച്ചുഗീസ് പ്രതാപം വിളിച്ചോതുന്ന പള്ളിയിലെ അൾത്താര സ്വർണ്ണം പൂശിയതാണ്. മനോഹരങ്ങളായ ചിത്രവേലകളും മരത്തിൽ കടഞ്ഞെടുത്ത തൂണുകളും കൊണ്ട് അൾത്താര അതിമനോഹരമാണ്.

പള്ളിക്കുമുന്നിൽ നല്ല പൂന്തോട്ടം, പിന്നിൽ ഫാദറുടെ അരമന, താമസസ്ഥലം.

കോട്ടയ്ക്ക് പുറത്തുള്ളൊരു വലിയപള്ളി പണ്ട് ഒരു മുസ്ലീംപള്ളി ആയിരുന്നത്രെ. അത് പോർച്ചുഗീസുകാർ ക്രിസ്ത്യൻ പള്ളിയാക്കി പുതുക്കി പണിതു എങ്കിലും അതിന്റെ അടിത്തറ പുതുക്കാത്തതുകൊണ്ട് മെക്കയിലേക്കുള്ള ദിശ മാറ്റമുണ്ട്. നേരെയല്ല പള്ളി നില്ക്കുന്നത്, അല്പം ചെരിഞ്ഞിട്ടാണെന്നർത്ഥം.

വേറെയും ചെറിയ പള്ളികൾ ധാരാളം, ആശുപത്രിയിലും ജയിലിലും കോൺവെന്റിലും എന്തിന് പൊലീസ് സ്റ്റേഷനിൽവരെ കൊച്ചു കപ്പേളകളുണ്ട്. റോഡരികിൽ വലിയ വലിയ കുരിശും കാണാം. ഭക്തി നിർഭരമാണ് ദമൺ ആകമാനം.

കോട്ടയ്ക്കുള്ളിൽ ഒരു ചെറിയ പള്ളിയുണ്ട്. വ്യാകുലമാതാവിന്റെ പള്ളി. അതാണ് പോർച്ചുഗീസുകാർ ദമണിൽ ആദ്യമായി പണിത പള്ളി. ഒരു നിർണ്ണായക യുദ്ധത്തിൽ ജയിച്ചതിന്റെ നന്ദിസൂചനയായി പണിത പള്ളിയാണ്.

മൂന്ന്

മാരിയോ ഡിക്കോസ്റ്റ തന്റെ ഏറ്റവും നല്ല ഡ്രസിൽ പള്ളിയിൽ വന്നു. നല്ല ഉയരവും ചുരുണ്ടമുടിയും മുഖശ്രീയുമുള്ള നല്ല ആരോഗ്യവാനായൊരു യുവാവ്. ഫ്രാൻസിസ് കൊലാസോവിന്റെ ക്ലാസ് മേയ്റ്റനും ചങ്ങാതിയുമാണ്. മാസിൽ പങ്കെടുത്ത് ഒന്ന് തിരിഞ്ഞു നോക്കിയപ്പോൾ ഒരു സുന്ദരിപെൺകുട്ടി മെല്ലെ തന്റെ ഇരിപ്പിടത്തിൽനിന്ന് എഴുന്നേറ്റ് ആരെയോ അന്വേഷിക്കുന്നതുകണ്ടു. ഏകദേശം പതിനാറ് പതിനേഴ് വയസ്സുകാണും. ഈ പെൺകൊടിയെ ഇവിടെ ഇതുവരെ കണ്ടിട്ടില്ലല്ലോ? മാരിയോവിന് അവളോട് വല്ലാത്തൊരു ആകർഷണം തോന്നി. അയാൾ അറിയാതെ അവളുടെ അടുത്തേക്ക് നീങ്ങിത്തുടങ്ങി. അവൾ പള്ളിയുടെ വലിയ വാതിൽ കടന്ന് മിസിസ് പരേരയുടെ കൂടെ പുറത്തേക്ക് കടന്നു. അവളുടെ നീല ഗൗൺ നല്ല പരിഷ്കാരമുള്ളതും ആ സുന്ദരമേനിക്ക് വളരെ ഇണങ്ങിയതുമായി മാരിയോവിന് തോന്നി. അറ്റം ചുരുണ്ടമുടി തോളറ്റം കിടന്ന ഈ അത്യപൂർവ്വമായ സൗന്ദര്യം. വിശദീകരിക്കാനാവാത്ത ആകർഷണം. മാരിയോവിന് ഇതുവരെ തോന്നാത്തൊരു വികാരം. ആ രൂപത്തിൽനിന്ന് കണ്ണെടുക്കാൻ മാരിയോവിന് കഴിഞ്ഞില്ല. എന്തൊരു വശ്യതയാണ് ഈ പെൺകുട്ടിക്ക്! താനവളെ ആദ്യമായി കാണുകയാണ്. എന്നിട്ടും എന്തേ ഇങ്ങനെ ഒരു വികാരം തോന്നുവാൻ! അവൾ കണ്ണിൽ നിന്നു മറഞ്ഞു കഴിഞ്ഞിട്ടും മാരിയോ അതേ നില്പിൽ തന്നെ നിന്നു പോയി. ഫ്രാൻസിസ് വന്ന് വിളിച്ചപ്പോഴാണ് സമനില വീണ്ടു കിട്ടിയത്.

“എന്തു സംഭവിച്ചു?” ഫ്രാൻസിസ്. “ഓ, ഞാൻ ആ പോയ പെൺകുട്ടിയെപ്പറ്റി ഓർക്കുകയായിരുന്നു. ഇവിടെ ഞാൻ കണ്ടിട്ടേയില്ലല്ലോ ആ കുട്ടിയെ. ആരാ അവൾ?”

“അതോ അത് മറിയ പരേര. മിസ്റ്റർ ബർനാഡ് പരേരയുടെ മകൾ.”

അയാൾ ബോംബെയിൽ ഷിപ്പ്യാഡിലാണ് ജോലി ചെയ്യുന്നത്. ഭാര്യ ഗോവക്കാരിയാണ്. അതുകൊണ്ട് ഒഴിവുകാലത്തൊക്കെ അവർ ഗോവയ്ക്കാണ് പോകുന്നത്. മറിയ അവളുടെ അച്ഛമ്മയുടെ കൂടെ താമസിക്കുവാൻ വന്നതാണ്. പത്തിൽ തോറ്റു. ഇനി പരീക്ഷ എഴുതാനേ ബോംബെക്ക് പോകൂ എന്ന് കേട്ടു. അമ്മ പറഞ്ഞറിവാണ്."

"ഫ്രാൻസിസ്, നീ എന്റെ ഏറ്റവും അടുത്ത ചങ്ങാതിയല്ലേ? നമ്മൾ ഫുട്ബോൾ കളിക്കുവാൻ ഒന്നിച്ചല്ലെ പോകാറ്. മിക്കവാറും ഒരേ ടീമിൽ തന്നെയായിരിക്കും നമ്മൾ. നീ എനിക്കവളെ, ഈ മറിയയെ ഒന്ന് പരിചയപ്പെടുത്തിത്തരാമോ, പ്ലീസ്?"

ഫ്രാൻസിസ് കുറച്ചു ഗമയോടെ ഒന്നും മിണ്ടാതെ നിന്നു.

"എന്താ നീ ഒന്നും പറയാതെ നില്ക്കുന്നത്?"

"ഞാനൊന്ന് ആലോചിക്കട്ടെ."

"ഇതിലെന്ത് ആലോചിക്കാനിരിക്കുന്നു. നിനക്കതുകൊണ്ടൊരു നഷ്ടവുമില്ലല്ലോ? പ്ലീസ് ഫ്രാൻസിസ്."

"ശരി, ഞാൻ ദിവസവും സമയവും നിന്നെ അറിയിക്കാം ഓ കെ."

"ശരി, വളരെ താങ്ക്സ് ചങ്ങാതി."

"ഈ ആഴ്ച തന്നെ ശരിയാകുമോ?"

"ഞാൻ ശ്രമിക്കാം."

"അധികം വൈകരുത് ചങ്ങാതി. എനിക്കാ പെൺകുട്ടിയെ അത്രയ്ക്ക് ഇഷ്ടമായിപ്പോയി."

"വെറുതെ ഒരു വീട്ടിലേക്ക് കയറിച്ചെല്ലുവാൻ പാടുണ്ടോ? ഏതെങ്കിലും കാരണം കണ്ടുപിടിച്ച് പോകുമ്പോൾ നിന്നേയും കൂട്ടാം. ഞാനൊന്ന് ആലോചിക്കട്ടെ."

"നീ വേഗം ആലോചിക്ക്."

"മാരിയോ, എനിക്കിപ്പോൾഓർമ്മവന്നു, ഫാദർ അഗേൽ എന്നോട് ഒരു ചാരിറ്റി ഫണ്ട് റെയ്സിനെപ്പറ്റി പറഞ്ഞിരുന്നു. ഞാനാണല്ലൊ ആ കമ്മിറ്റിയിലെ സ്റ്റുഡന്റ് ലീഡർ. ഫാദർക്ക് ഒരു പോർച്ചുഗീസ് ഡാൻസ് സംഘടിപ്പിക്കണമെന്നുണ്ട്. നമ്മുടെ പഴയ ഡാൻസ് ഫോം ഇപ്പോൾ എല്ലാവരും മറന്ന മട്ടാണ്. അതൊക്കെ ഒന്ന് പുനരുജ്ജീവിപ്പിക്കണം. നമുക്കതൊന്ന് തുടങ്ങിയാലോ? ബോംബെ ആന്റി മറിയം ലോപ്പസ് പഠിപ്പിക്കാമെന്ന് ഏറ്റിട്ടുണ്ട്. പത്ത് ആൺകുട്ടികളും പത്ത് പെൺകുട്ടികളും വേണ്ടിവരും. ലൂയിസ് കുട്ടിൻ പാടാമെന്ന് സമ്മതിച്ചിട്ടുണ്ട്." അദ്ദേഹം നമ്മുടെ പഴയ 'റേഡിയോ ദമൗ'വിലെ പാട്ടുകാരനായിരുന്നല്ലോ?

ഇതൊരു നല്ല കാര്യം തന്നെയാണ്. എനിക്കും ഡാൻസ് ഇഷ്ടമാണ്. ആ പഴയ പോർച്ചുഗീസ് കോസ്റ്റ്യൂം ഇട്ട് ഡാൻസ് ചെയ്യാൻ കൊതിയാകുന്നു. അത്രയ്ക്ക് കളർഫുൾ ആണത്. ലിസ്ബണിൽനിന്നു കൊണ്ടുവരുന്ന മാഗസിനിൽ കണ്ടിട്ടുണ്ട്."

"അതാ ഞാൻ പറഞ്ഞുവരുന്നത്. അക്കാര്യത്തെപ്പറ്റി സംസാരിക്കുവാൻ നമ്മൾ അവളുടെ വീട്ടിലേക്ക് പോകുന്നു. മറിയ പരേരയെ നമ്മൾ

ഡാൻസിനു ക്ഷണിക്കുന്നു. ഇവിടത്തെ സുന്ദരികൾ പങ്കെടുക്കുന്ന ഗ്രൂപ്പാണെന്നുപറയാം. ചേരാതിരിക്കില്ല. എങ്ങനെയുണ്ട് എന്റെ ബുദ്ധി?"

"നിന്റെ ബുദ്ധി അപാരം തന്നെ. ഫ്രാൻസിസ് നീ നല്ലവനാണ്. ശരിക്കുംനല്ലവൻ. നീയാണെന്റെ യഥാർത്ഥ സുഹൃത്ത്. ഒബ്രിഗാദ് (നന്ദി) ചങ്ങാതി."

മാരിയോവിന്റെ മനസ്സിൽ മറിയ നിറഞ്ഞു നിന്നു. വേറൊരു ചിന്തയും ഇല്ല. അവനിൽ വല്ലാത്തൊരു വിമ്മിഷ്ടവും വേദനയും പറഞ്ഞറിയിക്കാൻ കഴിയാത്ത ഏതൊക്കെയോ വികാരങ്ങളും കടന്നുപോയി. സ്വർണ്ണനിറമാർന്ന മറീന എന്ന മനോഹരി തന്നോട് സംസാരിക്കുമോ? തന്നെ ഇഷ്ടപ്പെടുമോ? എല്ലാ ചിന്തകളും മറീനയിൽ എത്തിച്ചേർന്നു. നല്ല ഫുട്ബോൾ കളിക്കാരനായ തന്നെ പെൺകുട്ടികൾക്ക് ഇഷ്ടമാണെന്നവനറിയാം. എങ്കിലും മറീനയുടെ കാര്യം അറിയില്ലല്ലോ? ബോംബെയിൽ വളർന്ന കുട്ടിയല്ലെ?

ഏതായാലും ശ്രമിക്കുക തന്നെ. വീട്ടിലെത്തിയിട്ടും അവളുടെ മുഖം മനസ്സിൽനിന്ന് പോകുന്നില്ല. അമ്മയുടെ പ്രിയപ്പെട്ട റോസാപുഷ്പങ്ങൾ കണ്ടപ്പോൾ മറിയയുടെ മുഖമാണ് താൻ കാണുന്നത്. ഇതാണോ, ഈ സഹിക്കാൻ കഴിയാത്ത, അനിർവ്വചനീയമായ വികാരമാണോ പ്രേമം? ഇതാണോ പ്രണയം? പ്രണയം വേദനയാണോ? മാരിയോവിന് ഒന്നും മനസ്സിലായില്ല. ഒന്നുമാത്രം അറിയാം. മറിയ അവന്റെ ഹൃദയത്തിൽ കുടിയേറിപ്പാർത്തു, അവന്റെ സിരകളിൽ ആവേശം പകർന്നു. അവന്റെ മസ്തിഷ്കം ആകമാനം മറിയക്കുവേണ്ടി ദാഹിച്ചു. മറിയയില്ലാതെ ഒരു ജീവിതമില്ല-മാരിയോ തീരുമാനിച്ചു. രാവു വളരെ കഴിഞ്ഞപ്പോഴാണ് മാരിയോ ഒന്ന് കണ്ണടച്ചത്.

നാല്

ബോം ജീസസ്സ് പള്ളിയുടെ അടുത്തുള്ള മെയിൻറോഡിൽ തന്റെ വലിയ വീട്ടിലെ പോർട്ടിക്കോവിൽ മിസ്റ്റർ തത്തൂ ലീയാനോ കോളിമാവ് ഇരിക്കുന്നു. നീണ്ടു മെലിഞ്ഞ ശരീരം, വലിയ മീശ, ഷോർട്ടും ഷർട്ടും, സ്റ്റോക്കിൻസും ഷൂസും അണിഞ്ഞാണിരുപ്പ്. വയസ്സ് ഏകദേശം എൺപത്. അടുത്തുതന്നെ മറിയ കോളിമാവും ഉണ്ട്. കറുത്ത ഗൗൺ ധരിച്ചിട്ടുണ്ട്. അവരുടെ ചേട്ടൻ മരിച്ചിരിക്കുന്ന സമയം, ദുഃഖാചരണത്തിന്റെ ഭാഗമായാണ് കറുത്ത ഗൗൺ. അവർ രണ്ടുപേരും പഴയ പ്രതാപത്തിന്റെ ജീവിച്ചിരിക്കുന്ന മാതൃകയായി തോന്നും.

മിസ്റ്റർ കോളിമാവ് ഹെഡ്കോൺസ്റ്റബിളായി പിരിഞ്ഞയാളാണ്. അയാൾ പെൻഷൻ വാങ്ങുവാൻ തിളക്കമാർന്ന ഷൂസും അലക്കിത്തേച്ച യൂണിഫോമിലേ പോകൂ. നെഞ്ചത്ത് നാലഞ്ച് മെഡലെങ്കിലും കാണും. സെലാസ്സറുടെ മെഡലുകൾ (അന്റോണിയോ സെലാസ്സർ പോർച്ചുഗീസ് ഡിക്റ്റേറ്ററായിരുന്നു). കോളിമാവിന് വലിയ അഭിമാനവും ആത്മസംതൃപ്തിയും ഈ മെഡലുകൾ നല്കുന്നു.

ഒരു സന്ധ്യാവേളയിൽ, ഇളംതണുപ്പുള്ള കുളിർകാറ്റ് ആസ്വദിച്ചുകൊണ്ട് കോളിമാവും മറിയയും ഓരോ ജഗ്ഗുകളിൽ ബ്ലാക്ക് ടീ കുടിച്ചുകൊണ്ടിരുന്നു. പള്ളിയിലെ സർവ്വീസ് കഴിഞ്ഞ് മിസ്റ്റർ മഷാഡും (മച്ചാഡോ) ഭാര്യ ഫാത്തിമയും കോളിമാവോ ദമ്പതികളെ സന്ദർശിച്ചു. പഴയ ചങ്ങാതിക്ക് ബ്ലാക്ക് ടീ കൊടുത്ത് സല്ക്കരിച്ചു മറിയ. അവർ പോർട്ടിക്കോവിൽ ഇരുന്ന് സംസാരിച്ചു. കോളിമാവിന് എപ്പോഴും ആരോടെങ്കിലും ആശയവിനിമയം നടത്തണം. എന്നാലേ ഒരു സുഖമുള്ളൂ.

“നമ്മുടെ പഴയ പ്രതാപമെല്ലാം പോയില്ലേ മഷാഡ്.”

“അതെ, അതെ, ഇനി അത് തിരിച്ചുവരുമെന്ന് തോന്നുന്നില്ല.”

പള്ളിയിൽനിന്ന് മടങ്ങുന്ന ആളുകളുടെ ഡ്രസ് നോക്കി മഷാഡ് പറഞ്ഞു: "കണ്ടോ, സൺഡെ ആയിട്ടും ആരും സൂട്ടിലൊന്നുമല്ല. പെൺകിടാങ്ങളുടെ ഡ്രസും പുതിയതൊന്നുമല്ല. എല്ലാം മാറിപ്പോയി, ഫാത്തിക്ക് ഞാൻ മാസത്തിൽ നാലു ഗൗൺ തുന്നിച്ചുകൊടുക്കുമായിരുന്നു. ഗവർണ്ണറുടെ ഭാര്യക്ക് ദിവസവും പള്ളിയിൽ പോകാൻ ഒരു പുതിയ ഡ്രസ് വേണം. അത് തുന്നുന്നത് നമ്മുടെ രൺഛോഡ് ഭൈ ആണ്. അയാൾക്ക് എന്നും അഞ്ചു രൂപയാണ് കൂലി. പാവം ഇപ്പോൾ ഒന്നുമില്ലാതെ വലയുന്നു."

"മഷാഡ്, ഇപ്പോഴത്തെ ഡാൻസിനെപ്പറ്റി എന്തു പറയുന്നു. ഞങ്ങൾക്ക് ഈ പോർട്ടിക്കോവിൽ ഇരുന്നാൽ കാണാമല്ലോ?"

"ഇപ്പോഴത്തെ ഡാൻസോ? അതൊന്നും പറയാതിരിക്കുകയാണ് നല്ലത്. പണ്ട് കാത്തലിക്സ് മാത്രമല്ലെ പങ്കെടുക്കൂ! ഇപ്പോൾ ആർക്കും ഡാൻസ് ചെയ്യാം. പുതുമടിശ്ശീലക്കാരുടെ വിളയാട്ടമല്ലെ? അവർ പെൺകുട്ടികൾക്ക് സ്വർണ്ണ ബ്രെയ്സ്ലെറ്റുകളാണ് സമ്മാനം കൊടുക്കുന്നത്. ഇടവേളകളിൽ കൊക്കോക്കോളയും ഫോറിൻ ചോക്ലേറ്റും."

"അതാണല്ലോ നമ്മുടെ പെൺകുട്ടികൾ അവരുടെ കൂടെ ഡാൻസ് ചെയ്യുന്നത്. അവർക്ക് എല്ലാ പുതിയ ഫോറിൻ സാധനങ്ങളും വേണം. നമ്മുടെ പയ്യന്മാരുടെ കൈയിൽ എന്തുണ്ട്?" കോളിമാവ് വിഷമത്തോടെ പറഞ്ഞു.

"നമ്മുടെ പെൺകിടാങ്ങൾക്ക് ഫോറിൻ പെർഫ്യൂം മതി, മറ്റു ഫോറിൻ സാധനങ്ങളും. മാച്ചി ചെറുപ്പക്കാർക്ക് അതറിയുകയും ചെയ്യാം. എന്തു ചെയ്യാം? ഈ ദുരവസ്ഥ മാറ്റുവാൻ കഴിയുമോ? പണം ഉള്ളവർ വിളങ്ങും. അതൊരു ലോകതത്ത്വമാണ്" മഷാഡ്.

അല്പം നിറുത്തി മഷാഡ് തുടർന്നു: "പുതിയ കോളേജ് തുറന്നുവല്ലോ? അവിടത്തെ പ്രൊഫസർമാരുടെ ശമ്പളം എത്രയാണെന്നറിയുമോ മിസ്റ്റർ കോളിമാവിന്?"

"ഇല്ല."

"നമ്മുടെ ശമ്പളം തന്നെ. അതായത് ലെയ്സീയം (പ്രൈമറി) പഠിച്ച നമ്മൾക്കും കോളേജിൽ ആറുകൊല്ലം പഠിച്ച പ്രൊഫസർമാർക്കും ഒരേ ശമ്പളം."

"പോർച്ചുഗീസ് ശമ്പളമല്ലെ നമ്മുടേത്. പിന്നെ ഫാമിലി പെൻഷൻ എഴുതിക്കൊടുത്താൽ പെൻഷൻ കുറയുമെന്ന് കരുതി നമ്മളാരും അതു ചെയ്തതുമില്ല. അതുകൊണ്ടിപ്പോൾ മുഴുവൻ ശമ്പളവും പെൻഷനായി കിട്ടുന്നു."

"അതെ, അതുകൊണ്ട് ജീവിച്ചുപോകുന്നു. ഇന്ത്യൻ ഭരണത്തിൽ എല്ലാം വില കൂടിയില്ലെ? പിന്നെ നമ്മുടെ റേഷനും സ്റ്റോറിലെ സാധനങ്ങളും ഒക്കെ നിന്നില്ലെ? ഇനി ബസുമതി അരിക്കുപകരം വിലകുറഞ്ഞ അരി കഴിക്കേണ്ടി വരും.നമ്മൾ മോട്ടി ദമണിൽ താമസിക്കുന്നത് നന്നായി. പുതു മടിശ്ശീലക്കാരെയും അവരുടെ രീതികളെയും കാണാതെ കഴിക്കാമല്ലോ?"

കോളിമാവ് തല ആട്ടിക്കൊണ്ട് പറഞ്ഞു. "ഞാൻ മാസങ്ങളായി നാനിദമണിൽ പോയിട്ട്. അവിടെ പണ്ടത്തെപ്പോലെയല്ല, വലിയ തിരക്കാണിപ്പോൾ."

"ഇപ്പോൾ ഗുജറാത്തികളുടെ വരവല്ലേ? ബിസിനസ് മുഴുവൻ അവരാണിപ്പോൾ. കടകൾ ഒരുപാട് തുറന്നു. കള്ളക്കടത്ത് സാധനങ്ങൾ വില്ക്കുന്നവ വേറെയും. എന്തു തിരക്കാണ്. റോഡിൽക്കൂടി നടക്കുവാൻ പ്രയാസം. കാറുകളുടെയും ടാക്സികളുടെയും എണ്ണം കൂടി നാനിദമണിൽ."

പഴയകാര്യങ്ങൾ വിവരിക്കുന്നതിനിടയിൽ മറിയയ്ക്കും ഫാത്തിമയ്ക്കും അവരുടെ ചെറുപ്പകാലത്തെ കാർണിവൽ ഓർമ്മവന്നു. ഫാത്തിമ കൈകൊണ്ട് ആംഗ്യം കാണിച്ചുകൊണ്ട് പറഞ്ഞു. ഒരാഴ്ച മുമ്പേ തുടങ്ങും ഒരുക്കങ്ങൾ. കാർണിവെലിൽ ഏതു വേഷമാ കെട്ടേണ്ടത് എന്ന് തീരുമാനിച്ച് അതിന്റെ ഡ്രസ് സംഘടിപ്പിക്കും. ഒരിക്കൽ ഞാനും ഫിലിപ്പും, അന്ന് ഞങ്ങളുടെ ഡെയിറ്റിങ് സമയമായിരുന്നു, ഞാൻ ഒരു ഡുബ്രിയുടെയും ഫിലിപ്പ് കള്ള് ചെത്തുന്ന ഡുബ്രയുടെയും വേഷം കെട്ടി. എല്ലാവർക്കും വളരെ ഇഷ്ടമായെങ്കിലും എല്ലാവരും എന്നെ "ഡുബ്ര ഫാത്തി" എന്നു വിളിച്ചു തുടങ്ങി. ഫിലിപ്പിനും കിട്ടി ഒരു നിക്നെയിം, "ഫിലോ ഡുബ്രാ."

മറിയയും ഫാത്തിമയും അതോർത്ത് കുറെ ചിരിച്ചു. "ഒരു കാർണിവെൽ കഴിഞ്ഞാൽ അടുത്ത കൊല്ലത്തെ കാർണിവെലിന് കാത്തിരിക്കും നമ്മൾ അല്ലേ?" മറിയ പറഞ്ഞു. അന്നത്തെ സന്തോഷം അവരുടെ മുഖത്ത് നിറഞ്ഞു. മറിയ തുടർന്നു: "ഫാത്തിമ അറിഞ്ഞോ ആ ജോക്യും സെമിനാരിയിൽനിന്ന് മടങ്ങി വന്നത്രെ! അയാൾക്ക് അവിടെ തുടരാൻ കഴിയില്ലാന്ന്."

"അതു നന്നായി." ഫാത്തി. "മിറാണ്ടാ ഫാമിലിക്ക് വലിയ ഭാവമായിരുന്നു. ഒരു ഫാദറും മൂന്ന് കന്യാസ്ത്രീകളും ഉള്ള വീടല്ലെ! വലിയ തറവാട്ടുകാർ. ഇപ്പോ എന്തായി!"

"ഇപ്പോഴത്തെ കുട്ടികളൊന്നും സെമിനാരിയിൽ പോകില്ല. ഇവിടെ നമ്മുടെ ദമണിൽ പണ്ട് ഒരു സെമിനാരി ഉണ്ടായിരുന്നത്രെ! അതിന്റെ അവശിഷ്ടങ്ങൾ ഇപ്പോഴും ഉണ്ടല്ലോ. നമ്മൾ കൊല്ലത്തിൽ ഒരിക്കൽ അവിടെ മെഴുകുതിരി കത്തിക്കാറില്ലെ! ആ സെമിനാരി എങ്ങനെ നശിച്ചു എന്ന് ആർക്കും ഒരു രൂപവുമില്ല." മറിയ പറഞ്ഞു നിർത്തി.

"ഞാനും അങ്കിളിന്റെ വീട്ടിലേക്ക് പോകുമ്പോൾ കാണാറുണ്ട്. എന്തു വലിയ സെമിനാരി ആയിരുന്നു അത്. അവിടത്തെ കിണറിൽ യുദ്ധത്തിൽ മരിച്ചവരുടെ ജഡങ്ങൾ ഇടുമായിരുന്നത്രെ! ചിലർ പറയുന്നു രാത്രികാലത്ത് ആ സെമിനാരിക്കുചുറ്റും ഒരുപാട് ബ്രദേഴ്സ് (അച്ചന്മാർ) മെഴുകുതിരി കത്തിച്ച് ഒരു ജാഥയായി നടക്കുമത്രെ. എന്റെ അങ്കിൾ കണ്ടിട്ടുണ്ടത്രെ!"

മറിയ പറഞ്ഞു: "ഞാൻ ആ റുവാ (വഴി)യിൽക്കൂടി പോകുമ്പോൾ

അവിടെ എത്തിയാൽ കുരിശു വരച്ചിട്ടേ പോകൂ."

മറിയ തുടർന്നു: "ഫാത്തിമ അറിഞ്ഞോ, കുട്ടിനോ ഫാമിലിയിലെ അഗ്നേലും കുടുംബവും മൊസാംബിക്കിൽനിന്ന് വരുന്നത്രെ അടുത്ത ആഴ്ച."

"ഓ അതാണ് അഗ്നേലിന്റെ അനിയത്തി സൂസത്ത് പേരു(പേരക്ക) ജാം ഉണ്ടാക്കി വയ്ക്കണം എന്നു പറഞ്ഞത്. അഗ്നേലിന് അത് വലിയ ഇഷ്ടമാണത്രെ."

ഫാത്തിമ തുടർന്നു: "അവൻ മിടുക്കനാ, സ്മാർട്ട് ഫെല്ലോ. ലിബറേഷൻ കഴിഞ്ഞതും പോയി. അവന്റെ കസിൻ അഗോളിലേക്കും (അഗോളാ) പോയി. അവിടെ ഒരു യൂറോപ്യൻ പെൺകുട്ടിയെ കല്യാണം കഴിച്ചെന്നറിഞ്ഞു."

"മറിയാ നമ്മളെപ്പോലെ കുറച്ചുപേരെ ഇനി ബാക്കിയുള്ളു ഇവിടെ. നമ്മൾക്ക് പോർച്ചുഗീസ് പാസ്പോർട്ട് ഉണ്ടെന്നുവച്ചിട്ട് കാര്യമില്ലല്ലോ! വയസ്സായവരെ ആർക്കു വേണം! നമ്മൾ ഇവിടെത്തന്നെ." ഫാത്തിമ. "എന്റെ മക്കൾ റോബോട്ടും ലോയിഡും ആസ്ത്രേലിയയിലേക്ക് പോകുവാൻ ഒരുങ്ങുകയാണ്. അവിടെ നമ്മുടെ ഗബ്രിയേൽ ലോപ്പസ് ഉണ്ടല്ലോ! വേണ്ടത് ചെയ്യാമെന്ന് ഏറ്റിറ്റുണ്ട്. അവിടെ നല്ല ശമ്പളമാണത്രെ!"

"കഴിയുന്നവരൊക്കെ പോകട്ടെ; മക്കാവിലേക്കോ അംഗോളിലേക്കോ മൊസാംബിക്കിലേക്കോ ലിസ്ബണിലേക്കോ എവിടേക്കെങ്കിലും. അവിടെ സുഖമായി ജീവിക്കാമല്ലോ? മറിയ. പിന്നെ കുട്ടികൾ ഇല്ലാത്തവർ മോഹിച്ചിട്ടു കാര്യമില്ലല്ലോ?" മറിയ ഒരു ദീർഘനിശ്വാസത്തോടെ നിറുത്തി.

അഞ്ച്

ഫ്രാൻസിസ് കൊലാസോ പുതിയ കോളേജിൽ ചേർന്നു. ആർട്സ് ആന്റ് സയൻസ് കോളേജ്, ദമൺ. നാനിദമണിലെ പഴയ പോർച്ചുഗീസ് ഗോഡൗൺ പുതുക്കി കോളേജ് ആക്കിയതാണ്. പ്രൊഫസർമാർ ഒക്കെ യു പി എസ് സി സെലക്ട് ചെയ്ത് വന്നവരാണ്. എല്ലാ ഇന്ത്യൻ സ്റ്റേറ്റി ലെയും പ്രൊഫസർമാർ അവിടെയുണ്ട്. ഗുജറാത്തിനും മഹാരാഷ്ട്രയ് ക്കുമിടയിൽ ഉള്ള ഒരേയൊരു ഇംഗ്ലീഷ് മീഡിയം കോളേജ്. അതുകൊണ്ട് കുട്ടികൾ അധികവും ഗുജറാത്തിൽനിന്നും മഹാരാഷ്ട്രയിൽനിന്നുമാണ്. ദമണിൽ ഉള്ളവർക്ക് പഠിത്തത്തിന് ഒരു പ്രാധാന്യവും ഇല്ല. ഒരേയൊരു ക്രിസ്ത്യൻ വിദ്യാർത്ഥിയാണ് ഫ്രാൻസിസ്. വിദ്യാർത്ഥികൾ പത്താം ക്ലാസ് കഴിഞ്ഞാൽ ഒന്നുകിൽ പൊലീസിൽ ചേരും, അല്ലെങ്കിൽ നേഴ്സു മാരാകും. ഇതുരണ്ടുമല്ലെങ്കിൽ ഗവൺമെന്റ് ഓഫീസിലെ പ്യൂൺ, ഫോറസ്റ്റ് ഗാർഡ്. കുറച്ചു മിടുക്കുള്ളവർ മക്കാവിലേക്കോ ലിസ്ബണി ലേക്കോ പോകും. കുറെപ്പേർ കള്ളക്കടത്തുകാരുടെ ഡ്രൈവറായും ക്യാ രിയറായും പോകും. നല്ല പണം കിട്ടും. അതുമതി അവർക്ക്. സുസി ഗാദ് (പരമസുഖം).

ഫ്രാൻസിസിനെ അത്ഭുതപ്പെടുത്തിയ ഒരു പ്രൊഫസറുണ്ട്. അദ്ദേഹം തെക്കേ ഇന്ത്യക്കാരനാണ്. അദ്ദേഹമാണ് പഠിത്തത്തിന്റെ മാഹാത്മ്യം എടുത്ത് പറയുന്നത്. "അഭിവൃദ്ധിയിലേക്കുള്ള എളുപ്പവഴി വിദ്യാഭ്യാസമാണ്. നിങ്ങൾ നിങ്ങളുടെ ഭാവിയെപ്പറ്റി ചിന്തിക്കൂ. പഠിച്ച് വലിയ ആളാവാൻ ശ്രമിക്കൂ. അതോടെ കുടുംബവും അഭിവൃദ്ധിപ്പെടും. ഡ്രസിലും ഷൂസിലും ഭക്ഷണത്തിലും മാത്രം ശ്രദ്ധപോരാ, പഠിത്ത ത്തിലും വേണം. ഓർമ്മിക്കുക എപ്പോഴും."

ഫ്രാൻസിസിന്റെ കണ്ണുതുറപ്പിച്ചു ആ പ്രൊഫസർ. കോളേജ് നാനി

ദമണിലായതുകൊണ്ട് എന്നും ദമൺഗംഗ എന്ന നദി കടന്നുവേണം അക്കരെ എത്തുവാൻ. പായ കെട്ടിയ തോണിയും മിഷ്യൻ ബോട്ടും ഉണ്ട്. വേലികേറ്റത്തിൽ തിരമാലകൾ വന്നിടിച്ച് ഡ്രസൊക്കെ നനയും. കോളേജിൽ ഒന്നു രണ്ടു ഹിന്ദുകുട്ടികൾ കൂട്ടുകാരായി. അവർ മുഖാന്തരം ഫ്രാൻസിസിന് രാത്രി ജോലിയും കിട്ടി. നല്ല പണം കിട്ടും. വീട്ടിൽ അത്രയും ആശ്വാസമായല്ലോ?

കള്ളക്കടത്ത് രാത്രിയിലാണ് അധികവും. ദമണിന്റെ ഭൂപ്രകൃതി തന്നെ അതിന് അനുയോജ്യമാണ്. വലിയ ബോട്ട് കടലിൽ ദൂരെ മാത്രമേ വരൂ. കള്ളക്കടത്തു സാധനങ്ങൾ ചെറിയ ബഡ്ഡിലുകളായി ചെറിയ ബോട്ടിൽ കരയ്ക്കടുക്കും. കരയിൽ നൂറോളം പേരെ മാച്ചികൾ തയ്യാറാക്കി നിറുത്തിയിട്ടുണ്ടാകും. ഓരോ ബഡ്ഡിലും തലയിൽവെച്ച് മാച്ചികളുടെ വീട്ടിൽ എത്തിക്കണം. രണ്ടോ മൂന്നോ മണിക്കൂർ ജോലി. ഒരു കെട്ടിന് പത്തു രൂപ വച്ച് കിട്ടും. പക്ഷേ, എല്ലാം രഹസ്യമായിരിക്കണം. അത് നിർബ്ബന്ധം ആദ്യമാദ്യം ഫ്രാൻസിസിന് അത്ഭുതം തോന്നി. എന്തു കൃത്യതയോടെയാണ് ഇവർ ഓരോന്ന് ചെയ്യുന്നത്. കരയിൽ ഏതോ ഒരു വീട്ടിൽനിന്ന് കോട്ഭാഷയിൽ ലൈറ്റ് പായിക്കും കടലിലേക്ക്. അതാണ് സിഗ്നൽ. അത് ലഭിച്ചാൽ മാത്രമേ വലിയ ബോട്ടിൽനിന്ന് സിഗ്നൽ വരൂ. കരയിൽനിന്ന് വേറൊരു സിഗ്നൽ. അതും ലൈറ്റ് തന്നെ. അത് ലഭിച്ചാൽ സാധനങ്ങൾ ചെറിയ ബോട്ടിലേക്ക് ഇറക്കിത്തുടങ്ങും. രാത്രി ഒരു മണിമുതൽ പുലർച്ചെ നാലുമണിവരെ മാത്രമേ ഉള്ളു കള്ളക്കടത്ത്. ഒരു ദിവസം നൂറുറുപ്പിക വരെ ഫ്രാൻസിസ് സമ്പാദിക്കും.

ഒരുദിവസം ചെറിയ ബോട്ടിൽ ഒരു ഹോണ്ടാ മോട്ടോർ ബൈക്ക് വന്നു. ഫ്രാൻസിസാണ് അത് ഉന്തി ഒരു മാച്ചിയുടെ വീട്ടിലെത്തിച്ചത്. അയാൾക്ക് വലിയ മോഹം തോന്നി. ജീവിതത്തിൽ എന്നെങ്കിലും ഇതുപോലൊരു മോട്ടോർ ബൈക്ക് സ്വന്തമാക്കണം. എന്നിട്ടുവേണം തന്റെ ഗേൾ ഫ്രണ്ടിനേയുംകൂട്ടി ദമൺ മുഴുവൻ പറന്നുനടക്കുവാൻ.

അവൻ തന്റെ ബാല്യകാല സുഹൃത്തായ ആഗ്നസ് എന്ന ആഗിയെ ഓർത്തു. മെലിഞ്ഞ്, വലിയ കണ്ണുകളും നീണ്ട മുടിയുമുള്ള അവൾ സുന്ദരി തന്നെ. ഒന്നിച്ച് പഠിച്ചു. പഠിത്തത്തിൽ കേമിയാണ്. വിധവയായ അമ്മയും രണ്ട് അനുജത്തിമാരും ഒരു അനിയനും ഉള്ള കുടുംബം കഷ്ടപ്പെട്ട് കഴിയുന്നു. ആഗി ട്യൂഷൻ എടുക്കും. അവൾ വളരെ ഹാർഡ്‌വർക്കറാണ്. അമ്മ കേക്ക് ഉണ്ടാക്കിക്കൊടുക്കും ഓർഡർ അനുസരിച്ച്.

പത്താം ക്ലാസ് പാസായ ഉടനെ അവൾക്ക് കോൺവെന്റിൽ പ്രൈമറി ടീച്ചറായി ജോലി കിട്ടി. കുടുംബം രക്ഷപ്പെട്ടു എന്ന് മെൻഡോൺസ് ഫാമിലിക്കുതോന്നി. കൂടുതൽ പഠിക്കുവാനോ ബി എഡ് എടുക്കുവാനോ ആഗി തയ്യാറായില്ല.

വൈകുന്നേരങ്ങളിൽ ആഗിയുടെ ട്യൂഷൻ കഴിയുന്ന ആറുമണിക്ക് ഫ്രാൻസിസ് തന്റെ സൈക്കിളിൽ എത്തും. ആഗിയെ മുന്നിലിരുത്തി ജെട്ടിയിലും ബീച്ചിലുമൊക്കെ കറങ്ങി നടക്കും. രാത്രി പണി എടുക്കുന്ന

പണംകൊണ്ട് അവൾക്ക് കൊച്ചു കൊച്ചു സമ്മാനങ്ങൾ വാങ്ങുവാൻ ഫ്രാൻസിസ് മറന്നില്ല. പിറന്നാളിനും ക്രിസ്തുമസിനും പുതിയ ഗൗണിനുള്ള തുണികൾ സമ്മാനിക്കും. ആഗി തുന്നലിലും മിടുക്കി. ഒരു ഫാഷൻ ഒരു മാഗസിനിൽ കണ്ടാൽ അതുപോലെ അവൾ ഒരു ഗൗൺ തുന്നും.

ക്രിസ്തുമസ് ഡാൻസിനും ന്യൂ ഇയർ ഡാൻസിനും എപ്പോഴും ഒപ്പം ഉണ്ടാകും. ആഗിയും ഫ്രാൻസിസും നല്ല ഡാൻസേഴ്സ് ആണ്. എല്ലാവരുടെയും അസൂയ നിറഞ്ഞ നോട്ടം കണ്ട് ആഗി മെല്ലെ ചിരിക്കും. ഡാൻസിനിടയിൽ 'കോളേജിൽ പഠിക്കുന്ന പയ്യനല്ലെ, നമ്മുടെ കൊലാസോവിന്റെ മകൻ.....' ആളുകൾ അടക്കം പറയുന്നത് കേൾക്കാം. ചിലർ പറയും നല്ല ജോഡി എന്ന്.

ഫ്രാൻസിസിന്റെ മനസ്സിൽ സന്തോഷം നിറഞ്ഞുനിന്ന കാലം. ശ്രദ്ധ വച്ച് പഠിച്ചു. തന്റെ പ്രൊഫസർ പറഞ്ഞത് എപ്പോഴും ഫ്രാൻസിസ് ഓർത്തു. Excellence is never an accident. കോളേജ് സ്പോട്സിൽ പങ്കെടുത്ത് കോളേജ് ചാമ്പ്യനായി. പള്ളിയിലെ ഫാദർ ഫ്രാൻസിസിനെ ഒരുപാട് പുകഴ്ത്തി. അവന് സ്വയം അഭിമാനം തോന്നി. തന്നെക്കുറിച്ചൊരു മതിപ്പും. ബി എ പാസായാൽ താനായിരിക്കും ഈ കോളേജിലെ ആദ്യത്തെ ക്രിസ്ത്യൻ വിദ്യാർത്ഥി.

ആഗ്നസിന് പണത്തോട് വലിയ ഭക്തിയാണ്. ഫ്രാൻസിസ് പറയും "പണം വരും, നമ്മൾ ധൃതി കൂട്ടരുത്."

"പക്ഷേ, നമ്മുടെ കൈയിൽ പണം വരുന്നില്ലല്ലോ? ഇപ്പോൾ ഫ്രാൻസിസിന് ഒരു ബൈക്കുണ്ടെങ്കിൽ ഈ പഴയ സൈക്കിളിൽ യാത്ര ചെയ്യണോ?"

"അതൊക്കെ വാങ്ങാം."

"എപ്പോൾ? ഇപ്പോഴല്ലെ ആവശ്യം."

"നമ്മൾക്ക് നാനി ദമണിലേക്ക് പോകാം."

അയാൾ സംഭാഷണം വേറൊരു ദിശയിലേക്ക് തിരിക്കുവാൻ ശ്രമിച്ചു.

"വൈറ്റ് നിറത്തിൽ കറുത്തപൊട്ടുള്ള നിന്റെ ഗൗണിന് ഇണങ്ങുന്ന കറുത്ത വള വാങ്ങിത്തരാം."

അവൾ സമ്മതിച്ചു. ബോട്ടിൽ യാത്ര ചെയ്ത് നാനി ദമണിൽ എത്തി. അവിടത്തെ പള്ളിയും കോട്ടയ്ക്കുള്ളിലാണ്. പടിഞ്ഞാറ് സൂര്യൻ കടലിൽ താഴ്ന്നുകൊണ്ടിരിക്കയാണ്. ആകാശം സ്വർണ്ണനിറവും ചാരനിറവും കൂടി കലർന്ന് അതിമനോഹരമായി കാണപ്പെട്ടു. അവർ രണ്ടു പേരും ആ സൂര്യാസ്തമനം കൺകുളിർക്കെ ആസ്വദിച്ചു. ആഗി പറഞ്ഞു: "ഞാൻ എത്രയോ സൺസെറ്റ് കണ്ടിട്ടുണ്ട്. പക്ഷേ, ഇന്ന് വളരെ വ്യത്യസ്തമായി തോന്നുന്നു."

"അതെന്താ, ഇന്നൊരു പ്രത്യേകത."

"ഇന്ന് ഞാൻ എന്റെ ഫ്രാൻസിസിന്റെ കൈയും പിടിച്ചല്ലെ സൂര്യാസ്തമനം ആസ്വദിക്കുന്നത്. അതാവും."

ഫ്രാൻസിസ് ചിരിച്ചു സന്തോഷവും അഭിമാനവും തോന്നി. അവർ അങ്ങാടിയിലേക്ക് നടന്നു. കോട്ടയുടെ വശത്തുള്ള റോഡിന്റെ അരികിൽ ഒരു വിളക്കുകാലിന്റെ ചുവട്ടിൽ ഒരു സ്ത്രീ, ഒരു കാത്തലിക്, നിന്നിരുന്നു. "പാവം മറിയസിക്കാസ്റ്റ, അല്ലേ." ആഗി പറഞ്ഞു.

തന്റെ കാമുകൻ ഡേവിഡിനെ കാത്തുനില്ക്കയാണ്. അയാൾ ലിസ്ബണിലേക്ക് പോയിട്ട് കൊല്ലങ്ങൾ കുറെയായി. പക്ഷേ, മറിയ എന്നും വന്ന് ജെട്ടിയിൽ കാത്തുനില്ക്കും. പാവം ആരോടും മിണ്ടുകയുമില്ല." ഫ്രാൻസിസിന് സങ്കടം തോന്നി.

"എന്തിനാ ഇങ്ങനെ ജന്മം പാഴാക്കുന്നത്? വേറെ ആരെയെങ്കിലും കല്യാണം കഴിച്ച് സുഖമായി ജീവിച്ചുകൂടെ? നല്ല ഫാമിലി ആണല്ലൊ?" ആഗിക്ക് അമർഷം അടക്കുവാൻ കഴിഞ്ഞില്ല.

ഫ്രാൻസിസ് ഫിലോസഫിക്കലായി പറഞ്ഞു. "എന്തു ചെയ്യാം? ചിലരുടെ മനസ്സ് അങ്ങനെയാണ്. അവർക്കത് താങ്ങാൻ കഴിയില്ല. അവരുടെ തലച്ചോറിൽ ആ വിരഹം വല്ലാത്ത മാറ്റം വരുത്തും. പാവം, മറിയ, ഡേവിഡിനെ ആത്മാർത്ഥമായി സ്നേഹിച്ചു എന്നൊരു കുറ്റമേ അവൾ ചെയ്തുള്ളൂ. കൊയ്ന്താദ് (പാവം)."

അവർ അങ്ങാടിയിൽനിന്ന് കറുത്ത വളകൾ വാങ്ങി മടങ്ങി.

സൺഡേ, ചർച്ചിൽവച്ച് ആഗിയെ കണ്ടു. സുന്ദരമായൊരു പുതിയ ഗൗണിൽ ആഗി അതിമനോഹരിയായി ഫ്രാൻസിസിന് തോന്നി. മഞ്ഞ നിറത്തിൽ കറുത്തവരകളുള്ള ഒരു ഗൗൺ. നല്ല ഫാഷൻ.

"പുതിയ ഗൗണിൽ ആഗി കൂടുതൽ ആകർഷണമുള്ളവളായി തോന്നുന്നു, ലൗലി."

"ഇത് വയോളാ ആന്റി ബോംബെയിൽനിന്ന് വന്നപ്പോൾ കൊണ്ടുവന്നതാണ്. നന്നായിട്ടില്ലെ?"

"വളരെ വളരെ നന്നായിട്ടുണ്ട്. ഈ കുപ്പായത്തിൽ നിന്റെ ഭംഗി ഇരട്ടിച്ചു."

ആഗി വയോളാ ആന്റിയെ ഫ്രാൻസിസിന് കാണിച്ചു കൊടുത്തു. നല്ല പൊക്കത്തിൽ വളരെ ഫാഷനെബിൾ ആയ ഒരു സുന്ദരി. വയസ്സ് നാല്പതിനും അമ്പതിനും ഇടയ്ക്കായിരിക്കും. ആരും നോക്കിപ്പോകുന്ന ആകാരം. അതുപോലെ തന്നെ ഡ്രസും പെരുമാറ്റവും.

"ബാൻദ്രയിൽനിന്ന് വന്നിട്ട് രണ്ടു ദിവസമേ ആയിട്ടുള്ളൂ." ആഗി പറഞ്ഞു.

"ഇനി ബാൻദ്രയ്ക്ക് മടങ്ങുന്നില്ലത്രെ! ഞങ്ങൾക്കൊരു കൂട്ടായല്ലൊ"

ഈ കൂട്ട് നല്ലതിനു തന്നെയാണോ എന്ന് ഫ്രാൻസിസിന് സംശയം തോന്നി.

അടുത്തദിവസം ഫ്രാൻസിസ് കുളിച്ച് നല്ല ഡ്രസണിഞ്ഞ് ഹാത്തി പാർക്ക് ചുറ്റി അവിടത്തെ പൂക്കളുടെ സുഗന്ധം ആസ്വദിച്ച് മെല്ലെ ആഗിയുടെ വീട്ടിലെത്തി. അവിടെ അവളുടെ അനുജത്തി മറിൻ മാത്രമേ ഉള്ളൂ. അവൾ പറഞ്ഞു: "ആഗിയും ആന്റി വയോളയും പുറത്തുപോയിരിക്ക

യാണ്'' ഫ്രാൻസിസ് മടങ്ങി. മൂന്നുനാലു ദിവസങ്ങൾക്കുശേഷം ആഗിയെ കണ്ടപ്പോൾ അവൾ പറയുകയാ, “എല്ലാ ദിവസവും കാണണമെന്നൊന്നും ഇല്ലല്ലോ” എന്ന്. ആന്റി വയോളയുടെ വരവോടെ ആഗി വല്ലാതെ തിരക്കുള്ളവളായി. വീട്ടിൽ ഉണ്ടെങ്കിൽത്തന്നെ അവൾ പുതിയ ഗൗൺ തുന്നിക്കൊണ്ടിരിക്കും. പുറത്തുപോകാൻ സമയമില്ലപോലും.

ഒരുദിവസം ഫ്രാൻസിസിന് സഹിക്കവയ്യാതായപ്പോൾ പറഞ്ഞുപോയി. “ആഗി വല്ലാതെ മാറിയിരിക്കുന്നു.”

“മാറ്റമൊക്കെ നല്ലതിനല്ലെ? എന്നും മനുഷ്യർ ഒരുപോലെ ഇരിക്കുമോ?”

ഈ മാറ്റമെല്ലാം ആന്റി വയോളയുടെ വരവോടെ ആണെന്ന് അവനുതോന്നി. ആഗി ക്രമേണ അല്പാല്പമായി തന്നിൽനിന്ന് അകലുകയാണോ എന്നൊരു ഭയം ഫ്രാൻസിസിനുതോന്നി. അവൾ കൂടുതൽ ഫാഷനെബിൾ ആയി. അയാൾക്കിഷ്ടമുള്ള അവളുടെ നീണ്ടമുടി അവൾ ക്രൂരമായി ബോബ് ചെയ്തു. അവൾ തന്നോട് ചോദിച്ചുപോലുമില്ലല്ലോ? അല്ലെങ്കിൽ ഞാനാരാ അല്ലെ? അവൾ ആകെ മാറി എന്ന് ഫ്രാൻസിസിന് തോന്നി. അവൻ തന്റെ പഠിത്തത്തിൽ കൂടുതൽ ശ്രദ്ധ പതിപ്പിച്ചു.

ആറ്

അക്കൗണ്ട് ഓഫീസിലെ കുത്തനെയുള്ള കോണി കയറുമ്പോൾ കോളേജിലെ ഇംഗ്ലീഷ് പ്രൊഫസർ കോളിമാവ് മുകളിൽനിന്ന് കാൽ വഴുതി വീഴുന്നത് കണ്ടു. പ്രൊഫസർ അയാളെ താങ്ങിയതുകൊണ്ട് അപകടം ഒഴിവായി. സൂട്ടൊക്കെ ധരിച്ച്, സെലാസ്റ്ററുടെ മെഡലൊക്കെ കുത്തി കോളിമാവ് നല്ല ആഢ്യത്ത്വമുള്ളവനും ക്ഷീണിതനുമായി കാണപ്പെട്ടു. പ്രൊഫസർ അയാളെ സാവധാനത്തിൽ വീട്ടിൽ കൊണ്ടുപോയാക്കി.

"ഒബ്രിഗാദ്" "പ്രൊഫസ്യോർ ഉയിത്തൊ ബ്രിഗാദ്" "മറിയ" അയാൾ വിളിച്ചു. തടിച്ച്, മുഖശ്രീയുള്ള കറുത്ത ഗൗണിട്ട മറിയ രണ്ടു ചെറിയ ഗ്ലാസുകളിൽ ഫെനി കൊണ്ടുവന്നു.

"ഞാൻ ഡ്രിങ്ക്സ് കഴിക്കില്ല."

"ഓ ഞാനതറിഞ്ഞില്ല." "മറിയ പ്രൊഫസർക്ക് ലൈംജൂസ് കൊടുക്കു."

അത് കുടിച്ചുകൊണ്ട് രണ്ടുപേരും പോർട്ടിക്കോവിൽ ഇരുന്നു.

കോളിമാവ് സംസാരിച്ചു തുടങ്ങി. അയാൾക്ക് ആരെയെങ്കിലും കിട്ടിയാൽ മതി പഴയ കാര്യങ്ങൾ പറഞ്ഞു തുടങ്ങും.

"പ്രൊഫസ്യോർക്കറിയാമോ, ഞങ്ങളുടെ ഭരണകാലത്ത് ഈ കോട്ടയ്ക്കുള്ളിൽ കടന്നാൽ ഹിന്ദുക്കളുടെ കല്യാണത്തിന്റെ കൊട്ട് നിറുത്തിക്കോളണം. അതാണ് നിയമം. കോട്ടവാതിൽ കടന്നാൽ കൊട്ടുംമറ്റുമാകാം. ഇപ്പോൾ കണ്ടില്ലെ ഡോലക്ക് കൊട്ടിക്കൊണ്ട് പട്ടേൽമാരുടെ കല്യാണപ്പാർട്ടി പോകുന്നത്." കോളിമാവ് ദുഃഖിച്ചു. ഇംഗ്ലീഷും പോർച്ചുഗീസും ഗുജറാത്തിയും കലർന്ന ഭാഷയിലാണ് സംസാരം.

മറിയ ഒരു മനോഹരമായ ട്രേയിൽ ഒരു ചെറിയ പ്ലെയിറ്റിൽ 'ഖമണ്ട്'

കൊണ്ടുവന്നു. "ഇത് ഇന്ത്യയിൽനിന്ന് എന്റെ ഫ്രണ്ട്സ് കൊണ്ടുവന്ന താണ്. ഒരു ഗുജറാത്തി പലഹാരം. ഗുഡ്, വെരിഗുഡ്, കഴിച്ചുനോക്കൂ. കോളിമാവ്. ഇന്ത്യ എന്ന് ഉദ്ദേശിക്കുന്നത് വാപിയാണ്. ദമണിന്റെ കിഴ ക്കുവശത്ത് തൊട്ടുകിടക്കുന്ന ഗുജറാത്ത്.

സാധാരണയായി ഇവിടത്തെ ആളുകൾ അതായത് കാത്തലിക്സ് മറ്റാളുകളുമായി തീരെ അടുത്തു പെരുമാറുകയില്ല. സംസാരം തന്നെ ഇല്ല. കോളിമാവ് ഇതിൽനിന്നും വ്യത്യസ്തനാണെന്ന് പ്രൊഫസർക്ക് തോന്നി. പഴയപ്രതാപം വിവരിക്കുവാൻ ഒരാളെ കിട്ടിയതിൽ കോളി മാവ് സന്തുഷ്ടനായി. വയസ്സ് എൺപതോടടുക്കുമെങ്കിലും സംസാര ത്തിൽ ചെറുപ്പമുണ്ട്.

പ്രൊഫസർ പറഞ്ഞു: "ഇവിടുത്തെ മുനിസിപ്പാലിറ്റി ബിൽഡിങ് എന്തുമാത്രം പഴക്കമുള്ളതാണ്? ഷേക്സ്പിയറുടെ കാലത്ത് പണിത താണ്. അവിടെ എഴുതി വച്ചിട്ടുണ്ട്."

"ആരാണ് ഷേക്സ്പിയർ."

"അദ്ദേഹം മഹാനായൊരു ഇംഗ്ലീഷ് നാടക കൃത്താണ്."

"ഓ, ഇവിടെ ഒരു പോർച്ചുഗീസ് കവി താമസിച്ചിരുന്നു. മെയിൻ കോട്ടവാതിലിന്റെ അരികിലുള്ള ചെറിയ വീട്ടിൽ."

"പോയറ്റ, പോർച്ചുഗീസാ" എന്നെഴുതി വച്ചിട്ടുള്ളതല്ലെ? ഞാൻ കാണുകയുണ്ടായി. അതിനപ്പുറത്ത് കോടതിയുടെ എതിർവശത്ത് ഗ്രീക്ക് മാതൃകയിൽ ഒരു മോണിമെന്റ് ഉണ്ട്. യുദ്ധത്തിൽ മരിച്ചുപോയ പോർച്ചു ഗീസ് ഭടന്മാരുടെ സ്മരണാർത്ഥം പണിതത്. മനോഹരമായൊരു മോണി മെന്റ്."

"എത്ര പഴക്കമുണ്ടെങ്കിലും ഇന്നും ഒരു കേടുമില്ല."

"ഇവിടുത്തെ ടൗൺ പ്ലാനിങ് അതിഭംഗീരമാണ്. എല്ലാം പാരലെൻ റോഡുകൾ. രണ്ടു ഭാഗത്തും തണൽമരങ്ങൾ. വളരെ ഭംഗിയുണ്ട്."

"അതാണ് ഞങ്ങളുടെ ഭരണം. പോർച്ചുഗീസുകാർ എല്ലാം നല്ലതു പോലെ ചെയ്യും. ഈ റോഡുകളൊക്കെ നാനൂറ് കൊല്ലം പഴക്കമുള്ള താണ്. എന്തെങ്കിലും കേട് ഉണ്ടോ എന്ന് നോക്കൂ. ഇനി ഇന്ത്യൻ ഭരണം വന്നല്ലോ? എന്തൊക്കെ ആകുമോ ആവോ. കോളിമാവ് നെടുവീർപ്പിട്ടു."

"നിങ്ങൾക്കറിയോ പ്രൊഫ സ്യോർ ടൗണിൽനിന്ന് അധികം ദൂരം ഇല്ലാതെ കടൽവക്കത്ത് മാങ്കേലകൾ ഒരു അമ്പലം പണിയുന്നു. മാങ്കേല എന്നു വച്ചാൽ മാങ് കെലായ, അതായത് വിളിച്ചുവരുത്തിയവർ എന്നർത്ഥം. ഇവർ മറാട്ടി സംസാരിക്കുന്നു. പോർച്ചുഗീസ് ഗവൺമെന്റ് പണ്ട് അവരുടെതന്നെ സ്ഥലമായ വസായിൽനിന്ന് വിളിച്ചുവരുത്തിയവ രാണ് ഈ മുക്കുവർ. മാച്ചികൾ നാനിദമണിൽ അമ്പലം പണിതുകഴി ഞ്ഞു. അവർക്ക് പണത്തിന് പഞ്ഞമില്ലല്ലോ? കള്ളക്കടത്തുകാരാണ് പണം നല്കുന്നത്. പണ്ട് ഞങ്ങളുടെ ഭരണകാലത്ത് ഇതിനൊന്നും അനു വാദമില്ലായിരുന്നു."

"ഇവിടെ മാവും പ്ലാവും കടൽച്ചക്കയും തെങ്ങും നിറഞ്ഞു

നില്ക്കുന്നു. ഈ ഭാഗത്ത് വേറെ എവിടെയും ഞാനിതൊന്നും കണ്ടിട്ടില്ല." പ്രൊഫസർ.

കോളിമാവിന് ഉന്മേഷം കൂടി. "ഇവിടത്തെ അൽഫോൻസാ മാമ്പഴം പ്രസിദ്ധമല്ലെ? കോക്കനട്ട് മരവും ധാരാളമുണ്ട്. പഴയ ഓഫീസർമാർക്ക് ഇതിലൊക്കെ വലിയ കമ്പമായിരുന്നു, അവരാണ് ഇതൊക്കെ നട്ടത്. കടൽപ്ലാവും തെങ്ങും മറ്റും 'ദീയു'വിലും ഉണ്ട്," കോളിമാവ് പറഞ്ഞു.

"ഗുജറാത്ത് ബോർഡർ കഴിഞ്ഞ് ദമണിലേക്ക് പ്രവേശിക്കുമ്പോൾ എന്തു വ്യത്യാസമാണ്! നിത്യഹരിത വൃക്ഷങ്ങൾ, നല്ല വലിയ ജനാലുകളുള്ള വീടുകൾ, വൃത്തിയുള്ള റോഡുകൾ. എല്ലാം ആരെയും ആകർഷിക്കും. ഒന്നുമാത്രം പറയാതെ വയ്യ. ഇവിടത്തെ കുട്ടികൾക്ക് പഠിച്ച് നന്നാവണമെന്ന് മാത്രം ഇല്ല."

"അതു ശരിയാ, ഞങ്ങളുടെ ആളുകൾ മടിയന്മാരാണ്. സുഖിച്ചു ജീവിക്കണം. സുസിഗാദ്. അതുമാത്രം മതി അവർക്ക്." കോളിമാവോ ദുഃഖത്തോടെ പ്രതികരിച്ചു.

"പ്രൊഫസ്യോർ, രണ്ടുമാസം മുമ്പ് ഇവിടെ ഒരു പെൺകുട്ടി മിസ് സാന്ദ്രപരേര, മിലാനിൽനിന്ന് വന്നിരുന്നു. അവളുടെ അച്ഛന്റെ അച്ഛൻ മോട്ടിദമൺകാരനാണത്രെ. അവളുടെ റൂട്ട് തേടിവന്നതാണ്. ഏകദേശം ഇരുപത് ഇരുപത്തഞ്ച് വയസ്സുള്ള ആ യൂറോപ്യൻ തരുണി. ഇവിടെ എല്ലാവരുടെയും ശ്രദ്ധ ആകർഷിച്ചു. മാഷാഡിന്റെ മകൾ മെൽവിൻ മഷാഡാണ് എസ്കോർട്ട്. അവനാണ് എല്ലാവരെയും പരിചയപ്പെടുത്തിയത്."

മെൽവിൻ, സാന്ദ്ര പരേരയുമായി ഓരോ പരേര ഫാമിലിയിലും പോയി. ഒരു വീട് സന്ദർശിക്കുമ്പോൾ അവിടെ ഉള്ളവരെയെല്ലാം സാന്ദ്ര ആലിംഗനം ചെയ്തു. അവളുടെ പെരുമാറ്റവും മാനേഴ്സും സുഗന്ധവും എല്ലാവരെയും ആകർഷിച്ചു. അവർ 'ചിക്കൻ സക്കൂത്തി'യും ബ്രെഡും നല്കി സല്ക്കരിച്ചു. സാന്ദ്രയുടെ ടേബിൾ മാനേഴ്സ് കാണേണ്ടതു തന്നെ. ഫോർക്കും കത്തിയുംകൊണ്ട് അനായാസം അവൾ ഭക്ഷണം കഴിച്ചു. മെൽവിന് കുറച്ചധികം ബുദ്ധിമുട്ടേണ്ടി വന്നു. മുത്തച്ഛന്റെ വിവരം മാത്രം ലഭിച്ചില്ല. "ഒബ്രിഗാദ്" പറഞ്ഞ് സാന്ദ്രയും മെൽവിനും മടങ്ങുമ്പോൾ എല്ലാവർക്കും മെൽവിനോട് അസൂയ തോന്നി. ഇത്ര സുന്ദരിയായൊരു യൂറോപ്യൻ വനിതയുടെ എസ്കോർട്ടായി പോകാൻ കഴിഞ്ഞല്ലോ മെൽവിന്.

മെൽവിനും സാന്ദ്രയും ഒന്നിച്ച് ഫുട്ബോൾ മാച്ചു കണ്ടു. ബാറിൽ പോയി ബിയർ കുടിച്ചു. പള്ളിയിൽ പോയി. മെൽവിൻ അവന്റെ ഫ്രണ്ട്സിനോടൊക്കെ പറയുകയും ചെയ്തു. അവൻ അവളെ വിവാഹം കഴിച്ച് മിലാനിലേക്ക് പോകുകയാണെന്ന്. ഒരുപക്ഷേ, വിവാഹം മിലാനിലായിരിക്കും. അവളുടെ ആളുകൾ എല്ലാം മിലാനിലാണല്ലോ? ഏതായാലും മെൽവിൻ മിലാനിലേക്ക് പോകുവാൻ തീരുമാനിച്ചു.

അടുത്തദിവസം ടൗണിൽനിന്ന് അല്പം അകലെയുള്ള റിച്ചാർഡ് പരേരയുടെ വീട്ടിലേക്കാണ് പോയത്. നിറയെ പൂക്കളും ചെടികളുമുള്ള

മുറ്റം കഴിഞ്ഞ് ഒരു യൂറോപ്യൻ മാതൃകയിലുള്ള വീട്. വീടിന്റെ പിൻവശത്തുള്ള സിറ്റിങ് റൂമിൽ, പൂന്തോട്ടത്തിന്നഭിമുഖമായി അവർ ഇരുന്നു. വീടിന്റെ പിൻഭാഗവും അതീവസുന്ദരം. റിച്ചാർഡ് പരേരയും പത്നിയും സന്തോഷത്തോടെ അവരെ സ്വീകരിച്ചു. അവരുടെ മക്കൾ രണ്ടുപേരും മൊസാംബിക്കിലാണ്. മിസിസ് പരേര മനോഹരമായ പ്ലേറ്റുകളിൽ പോർക്ക് വിന്താലോ വിളമ്പി. വീട്ടിലുണ്ടാക്കിയ വൈൻ കഴിച്ചു. സാന്ദ്രയുടെ മുത്തച്ഛനെപ്പറ്റി അവർക്കും ഒരു അറിവുമില്ല. ചുരുക്കത്തിൽ ആരും അന്വേഷിക്കുവാനോ ഓർക്കുവാനോ മെനക്കെടുന്നില്ലാ എന്നർത്ഥം; ചെറുപ്രായത്തിൽ പോയ ആളായതുകൊണ്ടായിരിക്കാം.

മെൽവിനും സാന്ദ്രയും കൈകോർത്തുപിടിച്ച് സർക്കീട്ട് ഹൗസിന്റെ പിന്നിലുള്ള തണൽമരങ്ങൾ നിറഞ്ഞ റോഡിലൂടെ മെയിൻറോഡിലൂടെ വരികയാണ്.

“അതാ, സിൽവസ്റ്റർ,” സാന്ദ്ര കൈ ചൂണ്ടി, അത്ഭുതവും സന്തോഷവുംകൊണ്ട് മുന്നിലേക്ക് ചാടി സിൽവസ്റ്ററെ ആലിംഗനം ചെയ്തു. സിൽവസ്റ്റർ എന്ന മിലാൻകാരൻ, വെളുത്തു ചുവന്ന്, മെലിഞ്ഞ് നീളത്തിലുള്ള സുന്ദരനായ ചെറുപ്പക്കാരൻ കൈനീട്ടി സാന്ദ്രയെ സ്വീകരിച്ചു. മെൽവിന് ഒന്നും മനസ്സിലായില്ല. അവന്റെ പരിഭ്രമം കണ്ട് സാന്ദ്ര പറഞ്ഞു: "This is my francy Mr. Silvester from Milav. We are already engaged. This is Melvin Machad, my escart in Daman."

സാന്ദ്ര സിൽവസ്റ്ററോട് ഒട്ടിനിന്നു. സിൽവസ്റ്റർ മെൽവിനോട് ഒരു നല്ല ഹോട്ടലിൽ റൂം ബുക്കുചെയ്യാമോ എന്ന് ചോദിച്ചു.

“അതിനെന്താ. നല്ല ഹോട്ടലുണ്ട്. അതിൽ ബുക്കു ചെയ്യാം.”

സാന്ദ്ര മെൽവിനെ നോക്കിപ്പറഞ്ഞു: “മെൽവിൻ, നാളെ രാവിലെ പത്തു മണിക്ക് വാപി റെയിൽവേ സ്റ്റേഷനിൽ വരുമോ?”

“വരാം.” എന്തിനാണെന്ന് മെൽവിനു മനസ്സിലായില്ല. വരില്ല എന്നു പറയാനും കഴിഞ്ഞില്ല. അവൻ അതീവ ദുഃഖത്തോടെ മടങ്ങി.

രാത്രി മെൽവിന് ഉറക്കം വന്നേ ഇല്ല. സാന്ദ്രക്ക് ഒരു കാമുകൻ ഉണ്ടെന്ന വിവരം അവൾ പറഞ്ഞതേയില്ല. തന്നോട് എന്ത് സ്നേഹമായിട്ടാണ് അവൾ പെരുമാറിയത്. അന്നൊരു ദിവസം കടലകൊറിച്ചുകൊണ്ട് ബീച്ചിൽ ഇരുന്നപ്പോൾ താൻ പറഞ്ഞതോർക്കുന്നു: “സാന്ദ്ര നീ അതീവ സുന്ദരിയാണ്.” സാന്ദ്ര ചിരിച്ചു.

അവൾ അപ്പോൾ പറഞ്ഞതെന്താണെന്നോ? “you, you are a sweety pie” എന്ന്. അന്ന് താൻ എന്തുമാത്രം സന്തോഷിച്ചു. എത്ര എത്ര കൊച്ചുകൊച്ചു സമ്മാനങ്ങളാണ് സാന്ദ്ര തനിക്ക് സമ്മാനിച്ചത്. പണം ചെലവാക്കുവാൻ ഒരു മടിയും ഇല്ല. തന്നെ പണം ചെലവാക്കുവാൻ അനുവദിക്കുകയും ഇല്ല. നല്ല മാനേഴ്സ്, നല്ല കുലീന കുടുംബത്തിലെ പെൺകുട്ടി. എപ്പോഴും ചിരിച്ചു സംസാരിക്കുന്ന, ചിരിക്കുമ്പോൾ നുണക്കുഴി വിരിയുന്ന സാന്ദ്ര. മെൽവിന് കരച്ചിൽവന്നു. സാന്ദ്രയെ താൻ എന്തുമാത്രം സ്നേഹിച്ചു. തന്നെക്കാൾ കൂടുതൽ മറ്റുള്ളവരാണ് തന്റെ

കാര്യങ്ങൾ തീരുമാനിച്ചത്. മെൽവിൻ എന്നാണ് മിലാനിലേക്ക് പോകുന്നതെന്ന് തന്റെ അമ്മയോട് പലരും ചോദിച്ചു. അമ്മയ്ക്ക് ഒന്നും അറിയില്ലെന്ന് പറഞ്ഞ് ഒഴിഞ്ഞു.

അടുത്തദിവസം രാവിലെതന്നെ വാപി റെയിൽവേസ്റ്റേഷനിൽ എത്തി. സാന്ദ്രയും സിൽവസ്റ്ററും അവിടെ എത്തിയിരുന്നു. സാന്ദ്രയെ സഹായിച്ചതിന് മെൽവിനോട് സിൽവെസ്റ്റർ ഒരുപാട് താങ്ക്സ് പറഞ്ഞു. സാന്ദ്രയും മെൽവിനെ ആലിംഗനം ചെയ്ത് പറഞ്ഞു: "I will miss you Melvin, you really helped me, thanks a lot." അവൾ അവന്റെ കൈയിൽ ഒരു ചെറിയ പാക്കറ്റ് കൊടുത്തു, ഒരു ഓർമ്മയ്ക്കായി.

ട്രെയിൻ കയറി അവർ ബോംബെയ്ക്ക് പോകുകയാണ്. കൈവീശി ബൈ ബൈ പറഞ്ഞു മെൽവിനോട്. അവന്റെ കണ്ണുകൾ നിറഞ്ഞിരുന്നു.

വീട്ടിൽ വന്ന് കിടന്നു മെൽവിൻ. അവൻ ആ പാക്കറ്റ് സാവധാനം തുറന്നുനോക്കി. ഒരു ചെറിയ സുന്ദരമായ ലോക്കറ്റ്. അതിൽ ഒരു കുറിപ്പും സാന്ദ്ര വച്ചിരുന്നു. This is for your girl friend. With love Sandra, Thanks a lot, Melvin.

അങ്ങനെ ആ അദ്ധ്യായം അവസാനിച്ചുവെന്ന് മെൽവിനു തോന്നി. എന്നെങ്കിലും ഒരിക്കൽ മിലാനിൽ എത്തിച്ചേരണമെന്ന് അവൻ ആഗ്രഹിച്ചു.

ഏഴ്

കോളിമാവ് ഒരുദിവസം പെട്ടെന്ന് മരിച്ചു. പതിവുപോലെ അല്പം മദ്യം കഴിച്ചു, അത്താഴത്തിനുമുമ്പ് നൈറ്റ്ഡ്രസ് ഇട്ട് കിടന്നതാണ്. രാവിലെ മറിയ ബ്ലാക്ക് ടീയുമായി വന്ന് വിളിച്ചിട്ടു മിണ്ടുന്നില്ല. അപ്പോഴേക്കും ശരീരം തണുത്തിട്ടുണ്ട്. മറിയയുടെ കരച്ചിൽകേട്ട് അയൽപക്കകാർ ഓടിയെത്തി. പള്ളിയിൽപ്പോയി ഫാദറെ അറിയിച്ചു. അദ്ദേഹം ഫ്യൂണറൽ കാര്യങ്ങൾക്കുള്ള ഏർപ്പാട് ചെയ്തു. ദൂരെനിന്ന് ആരും വരുവാനില്ലാത്തതുകൊണ്ട് അന്നു വൈകുന്നേരംതന്നെ ശവമടക്കൽ നടത്താമെന്ന് തീരുമാനിച്ചു.

കോളിമാവിനെ ഏറ്റവും നല്ല സ്യൂട്ട് ധരിപ്പിച്ചു കാലിൽ ഷൂസും മുഖത്ത് കണ്ണടയും..... എല്ലാം വളരെ കൃത്യമായി തന്നെ ചെയ്തു. കൈയിൽ ഒരു കുരിശും ചെറിയൊരു പൂച്ചെണ്ടും പിടിപ്പിച്ചു. അങ്ങനെ കോളിമാവ് പെട്ടിയിൽ യാത്രയായി. എല്ലാവരും കറുത്ത വസ്ത്രം ധരിച്ചിരുന്നു. ഫോർട്ട് ഏരിയയിലെ എല്ലാവരും പങ്കെടുത്തു. സെമിത്തേരിയിലേക്ക് ഒരു മൗനജാഥ തന്നെ. അങ്ങനെ ദമൺകാരുടെ അങ്കിൾ കോളിമാവ് യാത്രയായി.

പെട്ടി വീട്ടിൽനിന്ന് എടുക്കുന്നതിനുമുമ്പ് റൊണാൾഡ് കോളിമാവ്, കോളിമാവിന്റെ മരിച്ചുപോയ അനുജന്റെ മകൻ, എല്ലാവരുടെയും മുന്നിൽ വച്ച് ഒരു പ്രഖ്യാപനം നടത്തി: "എന്റെ അങ്കിൾ, ഫാമിലി പെൻഷന് എഴുതി കൊടുത്തിട്ടില്ലാത്തതുകൊണ്ട് ആന്റി മറിയയ്ക്ക് പെൻഷൻ കിട്ടില്ല. ആന്റിക്ക് വേറെ വരുമാനവുമില്ല. പക്ഷേ, ഞാൻ അവരെ സംരക്ഷിച്ചുകൊള്ളാം. ഞാൻ, റൊണാൾഡ് എല്ലാവരെയും സാക്ഷിയാക്കി വാഗ്ദാനം ചെയ്യുന്നു! ജീസസ്സിന്റെ നാമത്തിൽ."

കരഞ്ഞുകലങ്ങിയ കണ്ണുമായി മറിയ സന്തോഷിച്ചു. "കൊയ്താദ്"

എല്ലാ പെണ്ണുങ്ങളും പറഞ്ഞു. "എത്രയായാലും രക്തബന്ധം മറക്കാനാവില്ലല്ലോ."

"അങ്കിൾ ജീവിച്ചിരുന്നപ്പോൾ തിരിഞ്ഞു നോക്കിയിട്ടില്ലെങ്കിലും മരിച്ചപ്പോൾ ആന്റിയെ സംരക്ഷിക്കാം എന്ന് പറഞ്ഞല്ലോ, അത് നന്ന്." ചിലർ പറഞ്ഞു. "മറിയയുടെ ഭാഗ്യം." എല്ലാവരും റൊണാൾഡിനെ പ്രശംസിച്ചു.

ഒരാഴ്ച കുഴപ്പമൊന്നുമില്ലാതെ പോയി. റൊണാൾഡ് വന്ന് ഭക്ഷണം നല്കിയിട്ടു പോകും. എല്ലാം അന്വേഷിക്കും. മറിയക്ക് ആശ്വാസമായി.

ക്രമേണ അയാളുടെ ഭാവം മാറി. "ഈ വീട് ഇപ്പോൾ അങ്കിളിന്റെ വീടല്ലേ? അങ്കിൾ മരിച്ചുപോയി. ഇനി ഇത് ഗവൺമെന്റ് ഏറ്റെടുക്കും. ഇപ്പോൾ നമ്മുടെ ഗവൺമെന്റല്ല, ഇന്ത്യാഗവൺമെന്റാണ്. അങ്കിളാണെങ്കിൽ ഫാമിലി പെൻഷൻ എഴുതിക്കൊടുത്തിട്ടുമില്ല. അപ്പോൾ പിന്നെ എന്തു ചെയ്യും? ആന്റി എന്തിനാ ഭയപ്പെടുന്നത്? ഇത്ര വലിയ വീട് അന്യാധീനപ്പെടാൻ പോകുന്നു എന്ന് ആലോചിച്ച് എനിക്ക് നല്ല വിഷമമുണ്ട്. നമ്മുടെ കാരണവന്മാർ ഉണ്ടാക്കിയതല്ലെ ഈ വലിയ വീട്. ഞാൻ സിൽവിയായെ കൊണ്ടുവരാം. അവൾ ആന്റിയെ ശുശ്രൂഷിക്കട്ടെ. ഓ ജീസസ്സ്, അവൾക്ക് അങ്ങനെയെങ്കിലും ഒരു പുണ്യം കിട്ടട്ടെ."

മറിയക്ക് വേറെ പോംവഴി ഇല്ലായിരുന്നു. റൊണാൾഡ് പറഞ്ഞ കടലാസിലൊക്കെ ഒപ്പിട്ടുകൊടുത്തു. പേപ്പറുകളിലെല്ലാം ഇംഗ്ലീഷാണ്. മറിയക്ക് പോർച്ചുഗീസുമാത്രമേ അറിയൂ.

സിൽവിയ വളരെ സൗഹാർദ്ദപൂർവ്വം പെരുമാറി. ആന്റിക്കിഷ്ടമുള്ള സ്വീറ്റ് കോൺ സൂപ്പുണ്ടാക്കി കൊടുത്തു. ബുബ്‌ല (ബോംബെഡക്ക്) കറിയുണ്ടാക്കിക്കൊടുത്തു. പാവം മറിയ, ചെറിയ ചെറിയ കാര്യങ്ങളിൽ സന്തോഷിച്ചു.

ഒരുദിവസം സിൽവിയ ഒരു ആവശ്യം അവതരിപ്പിച്ചു. "ആന്റി, ആന്റിക്ക് ഒറ്റയ്ക്ക് ഇത്ര വലിയ മുറി വേണോ? അടുത്തുള്ള ചെറിയ മുറിയിൽ ഒരു ചെറിയ കട്ടിലും അൾത്താര ടേബിളും എല്ലാം ഞാൻ ഒരുക്കിത്തരാം. ഈ വലിയ റൂമിൽ കുട്ടികൾക്ക് കിടക്കാമല്ലോ? നാലു പേരില്ലേ?"

കേട്ടപ്പോൾ മറിയക്ക് വിഷമം തോന്നി. താനും കോളിമാവും അമ്പത്തഞ്ചു കൊല്ലം ഉപയോഗിച്ച മുറിയാണ്. വലിയ വലിയ ജനാലകൾ, ഗാർഡനിലേക്ക് തുറക്കുന്നവ, എന്തു കാറ്റാണ് ആ മുറിയിൽ. മനസ്സില്ലാമനസ്സോടെ മറിയ സമ്മതിച്ചു. മറിയക്ക് വേറെ വഴിയില്ലായിരുന്നു.

തന്റെ വലിയ ഡബിൾബെഡ് പോർച്ചുഗീസ് മാതൃകയിലുള്ളത്, മേൽക്കട്ടിയും കൊതുവലയും ഉള്ളത് ചെറിയമുറിയിൽ ഇടാൻ സ്ഥലമില്ല. ഒരു ചെറിയ കട്ടിലും കിടക്കയും മറ്റും സിൽവിയ ചെറിയ മുറിയിൽ ഒരുക്കിക്കൊടുത്തു. അൾത്താര ടേബിളും ഉണ്ണിയേശുവും മേരി മാതാവും ഒക്കെ കൊച്ചു മുറിയിൽ കൊണ്ടുവച്ചു. അതു തന്റെ വലിയ ഭാഗ്യമായി മറിയക്കു തോന്നി.

ബോംബെ ആന്റി (മറിയം ലോപ്പസ്) ഇടയ്ക്കിടയ്ക്ക് മറിയയെ സന്ദർശിക്കാറുണ്ട്. അവരോട് മാത്രമേ തന്റെ ദുഃഖം പങ്കുവയ്ക്കുവാൻ മറിയ തുനിയാറുള്ളൂ. സിൽവിയായുടെ പെരുമാറ്റം ദിനംപ്രതി മോശ മായി വരുന്നു. എപ്പോഴും ഉച്ചത്തിലുള്ള സംസാരം, കുട്ടികളെ ശാസി ക്കാൻ, അവൾക്ക് ഒരിക്കലും സൗമ്യ ഭാവമില്ല. സന്തോഷവുമില്ല. ആരെയും സന്തോഷത്തോടെ ഇരിക്കാൻ സമ്മതിക്കുകയും ഇല്ല. ഭക്ഷ ണമാണെങ്കിൽ വളരെ മോശം. അതും സമയത്ത് കിട്ടുകയുമില്ല. ആരോട് പറയാനാണ്! പണ്ടൊക്കെ ആണെങ്കിൽ ഫ്രീ സൂപ്പും ബ്രെഡ്ഡും ഫ്രീയായി പോർച്ചുഗീസ് സർക്കാർ നല്കിയിരുന്നു. അതുമാത്രം മതി യായിരുന്നു. പക്ഷേ, ഇപ്പോൾ ഭരണം മാറിയില്ലെ? അതൊക്കെ നിറുത്തി യിട്ട് കുറച്ചുകാലമായി.

ബോംബെ ആന്റി വന്നപ്പോൾ മറിയ കട്ടിലിൽ എഴുന്നേറ്റിരുന്നു. അപ്പോൾ കുറച്ചു ഉന്മേഷം വന്നപോലെ. "മറിയാ, നീ ബ്രാദ്രാ ഫെസ്റ്റി വലിനു പോകുന്നില്ലേ?"

"പിന്നെ തീർച്ചയായും പോകും. അവിടത്തെ ചർച്ചിൽ പ്രാർത്ഥി ച്ചാൽ വിചാരിച്ചതൊക്കെ നടക്കും. പിന്നെ അവിടത്തെ മേളയിൽ ഒരു പാട് സാധനങ്ങൾ വിലകുറച്ചു കിട്ടും. പിന്നെ ഫാദർ അഗിനേഷിന്റെ നൊവേനയിലും പങ്കെടുത്തു. ഫാദറെ സെയിന്റ് ആക്കുവാൻ പോകുന്നു എന്ന് കേട്ടു. പണ്ട് ദമണിൽ ഉണ്ടായിരുന്ന ഫാദറാണ്."

"വളരെ നന്ന്. ഫാദർ അഗ്നേൽ ഒരു ശ്രേഷ്ഠനായ വൈദികനായി രുന്നു. ഒരുപാടുപേരുടെ അസുഖം മാറിയിട്ടുണ്ടത്രെ അദ്ദേഹത്തിന്റെ നൊവേനയിൽ പങ്കെടുത്തിട്ട്."

"ഞങ്ങളും പണ്ട് ബാദ്രയ്ക്ക് പോകാറുണ്ട്. ഒരാഴ്ച അവിടെ താമ സിക്കും. അതൊരു കാലം."

"ഇനി ഞാൻ പോകട്ടെ. നാളെ രാവിലെ ബോംബെയ്ക്ക് പോകാ നുള്ളതാണ്. ഞാനിനി രണ്ടാഴ്ച കഴിഞ്ഞേ വരൂ."

"മറിയം, നീ ഇടയ്ക്ക് വരണം. എനിക്കിവിടെ സംസാരിക്കാൻ വേറെ ആരുമില്ല. നടക്കാൻ ബുദ്ധിമുട്ടുള്ളതുകൊണ്ട് പള്ളിയിലും പോകുന്നില്ല. നീ വരില്ലെ?"

"വരാം തീർച്ചയായും. ബോംബെയിൽനിന്നു വന്നാൽ തീർച്ചയായും വരാം." മറിയം ലോപ്പസ് മടങ്ങി. വയസ്സായ മറിയ കോളിമാവിനെക്കു റിച്ച് അവർക്ക് വളരെ വിഷമം തോന്നി. പാവം വയസ്സുകാലത്ത് നോക്കാൻ ആരുമില്ലാതെ.....

റൊണാൾഡും സിൽവിയയും കുട്ടികളും ബാദ്രഫെസ്റ്റിവലിനു പോയി. മറിയക്ക് ഭക്ഷണം എത്തിക്കുവാൻ ആരെയോ ഏർപ്പെടുത്തി യിട്ടുണ്ടെന്ന് മറിയയോട് പറഞ്ഞു. പക്ഷേ, അതൊന്നും ഉണ്ടായില്ല. ഒരാഴ്ച കഴിഞ്ഞപ്പോൾ അയൽപക്കക്കാർക്കൊരു സംശയം. അവൾ ഹാഫ് ഡോർ തുറന്ന് അകത്തു കടന്നു നോക്കിയപ്പോൾ മറിയ മരിച്ചു കിടക്കുന്നതാണ് കണ്ടത്. മേശപ്പുറത്ത് രണ്ടുവരി പോർച്ചുഗീസിൽ

എഴുതിവച്ചിരിക്കുന്നു. "ഞാൻ കോളിമാവിന്റെ അടുക്കലേക്ക് പോകുന്നു. അവിടെ എനിക്ക് എന്റെ കോളിമാവ് ഭക്ഷണം തരും."

പാവം മറിയ, ഭക്ഷണമില്ലാതെ, ആരുമാരുമില്ലാതെ മരിച്ചു. പള്ളിയിൽനിന്ന് ഫാദർ വന്നു, വീടിന്റെ മുന്നിൽ ധാരാളം ആളുകൾ. മറിയം ലോപ്പസ് ബോംബെയിൽനിന്ന് മടങ്ങുന്ന സമയം മറിയയുടെ വീടിന്റെ മുന്നിൽ ആൾക്കൂട്ടം. അന്വേഷിച്ചപ്പോഴാണ് മറിയ മരിച്ചുപോയതറിഞ്ഞത്. മറിയത്തിന് കരച്ചിൽ വന്നു. എല്ലാവരുംകൂടി ഫ്യൂണറൽ നടത്തി. ജീവിച്ചിരിക്കുമ്പോൾ ആരും അന്വേഷിച്ചില്ലെങ്കിലും മരിച്ചപ്പോൾ ഒരുപാട് പേരുണ്ടായി മറിയക്ക്.

എട്ട്

ഫ്രാൻസിസും മാരിയോവും മറിയയുടെ വീട്ടിൽ പോയി. പൂക്കൾ നിറഞ്ഞ കുഞ്ഞുകുഞ്ഞു ചട്ടികൾ തൂക്കിയിട്ട പോർട്ടിക്കോവിൽ അവർ ഇരുന്നു. വീട് നന്നായി അലങ്കരിച്ചിരിക്കുന്നു. നല്ല ഭംഗിയുള്ള കർട്ടനുകൾ, നിലത്ത് കാർപ്പെറ്റ്, സുന്ദരമായ അൽത്താര ടേബിൾ. കറുത്ത വീട്ടികൊണ്ട് ഉണ്ടാക്കിയതാണ്. അതിൽ മേരിമാതാവും ഉണ്ണിയേശുവും ഉണ്ട്. ചെറിയ മങ്ങിയ വെളിച്ചവും.

മറിയയും അമ്മയും പുറത്തുവന്നു അവരെ രണ്ടുപേരെയും സ്വീകരിച്ചു. ഫ്രാൻസിസ് പള്ളിയുടെ ചാരിറ്റിഫണ്ട് കളക്ഷനെ സംബന്ധിച്ചുള്ള ഡാൻസ് പരിപാടിയെപ്പറ്റി വിശദമായി പറഞ്ഞു. അതിലേക്ക് മറിയയെ ക്ഷണിക്കുകയും ചെയ്തു. "ഫാദർ പറഞ്ഞത് നല്ലൊരു കാര്യത്തിനല്ലെ ഫ്രാൻസിസ്, മറിയ വരും." അവളുടെ അമ്മ പറഞ്ഞു.

മറിയയും സന്തോഷപൂർവ്വം ഡാൻസിൽ പങ്കെടുക്കാമെന്ന് സമ്മതിച്ചു.

ഫ്രാൻസിസിനും മാരിയോവിനും പൈനാപ്പിൾജ്യൂസ് മറിയ കൊണ്ടുവന്നു. സന്തോഷപൂർവ്വം അത് കുടിച്ച് അവർ മടങ്ങി.

ചർച്ച് വക ഹാളിലാണ് റിഹേഴ്സൽ. ആകെ ഇരുപത് പേർ. പത്ത് ആൺകുട്ടികളും പത്ത് പെൺകുട്ടികളും. പഴയകാലത്തെ പോർച്ചുഗീസ് ഡാൻസാണ്. കൈകോർത്തുപിടിച്ച് ജോഡികളായി മുന്നോട്ടും പിന്നോട്ടും ചാടിക്കളിക്കുന്ന മനോഹരമായ നൃത്തം. ഫ്രാൻസിസിനോട് പറഞ്ഞ് മാരിയോ അവന്റെ പാർട്ണറായി മറിയയെ തന്നെ ഒരുവിധം സാധിച്ചെടുത്തു.

മറിയ അന്തോൺ ആണ് പഠിപ്പിക്കുന്നത്. അവരുടെ ചെറുപ്പകാലത്ത് വലിയ ഡാൻസറായിരുന്നത്രെ അവർ. പാടാനായി ലൂയിസും കൂട്ടരും.

മറിയ വളരെ ആകർഷകമായി ഡാൻസ് ചെയ്തു. അവളുടെ ജോഡിയായതിൽ മാരിയോ അഭിമാനിച്ചു, സന്തോഷിച്ചു. നൃത്തത്തിന്റെ ഇടവേളകളിൽ ശീതളപാനീയം വാങ്ങിക്കൊടുത്ത് അവളുടെ ക്ഷീണം മാറ്റി. ഒരുമണിക്കൂർ ഡാൻസ് റിഹേഴ്സൽ കഴിഞ്ഞത് ഇത്രവേഗമോ? മാരിയോവിന് തോന്നി. മാരിയോ അവളെ വീട്ടിൽ കൊണ്ടുവന്നാക്കി.

അവൻ മറിയയുടെ വീട്ടിൽ ഇടയ്ക്കിടയ്ക്ക് സന്ദർശനം നടത്തി. ക്രമേണ അവളെയുംകൊണ്ട് പുറത്തുപോയി.

ഇതിനിടയിൽ മാരിയോവിന് സ്വന്തം കാലിൽ നില്ക്കണമെന്നു തോന്നി. തന്റെ വീട്ടിൽ അമ്മ മാത്രമേ ഉള്ളു. നല്ലൊരു വീടും ഉണ്ട്, എങ്കിലും ഒരു ജോലി വേണമല്ലോ. പത്താം ക്ലാസ് പാസ്സായിട്ടും ഉണ്ട്. മാരിയോവിന്റെ അമ്മാവൻ ഫോറസ്റ്റ് ഡിപ്പാർട്ടുമെന്റിലാണ്. അദ്ദേഹത്തിന്റെ സഹായത്താൽ ഒരു ഫോറസ്റ്റ് ഗാർഡായി അവന് ജോലി കിട്ടി. ഗവൺമെന്റ് ജോലി. ഇനിയൊന്നും പേടിക്കാനില്ല. സെറ്റിൽ ചെയ്യാൻ ഇനി ഒരു പ്രതിബന്ധവും ഇല്ല. മാരിയോ സന്തോഷിച്ചു.

താൻ വിളിക്കുമ്പോൾ തന്റെ കൂടെ നടക്കാൻ വരുന്നത് മറിയക്ക് തന്നോടുള്ള സ്നേഹം കൊണ്ടല്ലേ? തന്നെ കാണുമ്പോൾ അവളുടെ കണ്ണുകൾ വിടരുകയും അതിൽ ഒരു പ്രത്യേക ഭാവം നിഴലിക്കുന്നതും തന്നോടുള്ള പ്രേമം കൊണ്ടുതന്നെയല്ലെ? മാരിയോ ചിന്തിച്ചു. അവർ എന്നും വാനമ്പാടികളെപ്പോലെ കറങ്ങി നടന്നു. ജെട്ടിയിലുള്ള സിവ്യൂ റെസ്റ്റോറന്റിൽനിന്ന് ഐസ്ക്രീം കഴിച്ചു. ബീച്ച് റിസോർട്ടിൽനിന്ന് സർബത്തും കുടിച്ചു. ബീച്ചിൽപോയി സൂര്യാസ്തമനം കണ്ടു. സന്തുഷ്ടരായ രണ്ടിണക്കിളികൾ.

ഒരുദിവസം മറിയ പറഞ്ഞു: "മാരിയോ, ഇവിടെ രണ്ട് ഗുഹകൾ ഉണ്ടെന്ന് കേട്ടു. കോട്ടയ്ക്കുള്ളിൽക്കൂടി കടൽവക്കത്ത് എത്തുന്ന ഗുഹ. പോസ്റ്റാഫീസിന് സമീപവും വേറൊന്ന് മറ്റൊരു ഭാഗത്തും. നമുക്കൊന്ന് പോയി നോക്കിയാലോ? ഒരു രസം! ഒരു പരീക്ഷണം അല്ലെ മാരിയോ?"

"ഞാനും കേട്ടിട്ടുണ്ട്. പോയി നോക്കിയിട്ടില്ല. എല്ലാം ഇടിഞ്ഞുപൊളിഞ്ഞു കിടക്കുകയാണ്. എല്ലാ കരുതലുകളോടെ മാത്രമേ പോകാവൂ. അപകടം നിറഞ്ഞ സ്ഥലമാണ്. ഞാൻ ഹെഡ്ലൈറ്റ് കൊണ്ടുവരാം. അങ്കിളിന്റെ കൈയിൽ ഉണ്ട്. അങ്കിൾ നായാട്ടിനുപോകുമ്പോൾ ധരിക്കാറുള്ളതാണ്. പിന്നെ ടോർച്ചും വേണം. പകലും ഇരുട്ടാണ് ഗുഹയിൽ. ഗമ് ബൂട്ട് വേണം. തേളും മറ്റു ക്ഷുദ്രജീവികളുമൊക്കെ ഉണ്ടാകും. നല്ല കരുതലോടെയേ പോകാവൂ. പാമ്പും തേളുമൊക്കെ ഉണ്ടാകും. കുറുക്കൻ വരെ കാണും. നാനൂറിൽപ്പരം കൊല്ലങ്ങളായി ഉപയോഗിക്കാതെ കിടക്കുന്ന ഗുഹയല്ലെ? നമ്മൾക്ക് ശനിയാഴ്ച പോകാം. അപ്പോഴേക്കും ഞാൻ ഈ സാധനങ്ങളൊക്കെ സംഘടിപ്പിക്കട്ടെ. കുടിക്കുവാൻ വെള്ളവും കരുതണം."

"അതു ഞാൻ കൊണ്ടുവരാം" മറിയ വളരെ ഉത്സാഹത്തോടെ പറഞ്ഞു.

ശനിയാഴ്ച മറിയ നീലനിറത്തിലുള്ള ഫ്രോക്കും നീല ഹെഡ്റിബണും ധരിച്ച് കൂടുതൽ സുന്ദരിയായി കാണപ്പെട്ടു. അവനത് അവളോട് പറയുകയും ചെയ്തു. അവൾ തെല്ലുനാണത്തോടെ "താങ്ക്സ്, ഒബ്രിഗാദ്" എന്ന് പറഞ്ഞു.

രാവിലെ തന്നെ രണ്ടുപേരും എല്ലാ സന്നാഹങ്ങളോടുകൂടി പുറപ്പെട്ടു. ഗുഹാകവാടത്തിൽ ഒരാൾക്ക് നില്ക്കാനുള്ള പൊക്കമുണ്ട്. ഏകദേശം പത്തടി ഉള്ളിൽ ചെന്നപ്പോൾ നിറയെ കല്ലുകളും മണ്ണും നിറഞ്ഞ് നടക്കുവാൻ പ്രയാസം. നരിച്ചീറുകൾ കൂടുകൂട്ടിയ സ്ഥലം. അവ ആൾപെരുമാറ്റവും ഹെഡ്ലൈറ്റും കണ്ടപ്പോൾ പറന്നുതുടങ്ങി. കല്ലുകൾക്കിടയിലൂടെ കുറച്ചു ദൂരം മാരിയ പോയിനോക്കി. ഗുഹ കല്ലുകൾ വീണ് തികച്ചും അടഞ്ഞുകിടക്കുന്നു. ഇരുട്ടും പ്രാണികളുടെ ശല്യവും വേറെ. മുന്നോട്ടുള്ള പ്രയാണം അസാദ്ധ്യം. മാരിയോ മടങ്ങി. മറിയ നിന്നിടത്തു തന്നെ നില്ക്കുകയാണ്. നരിച്ചീറുകൾ ദേഹത്തുതട്ടി പറക്കുന്നു. ഒരു വിധത്തിൽ രണ്ടുപേരും ഗുഹയിൽനിന്ന് മടങ്ങി. കവാടത്തിനുമുന്നിലുള്ള ഒരു വലിയ കല്ലിൽ ഇരുന്നു. നല്ലതുപോലെ വിയർത്തു ക്ഷീണിച്ചിരുന്നു. മറിയയുടെ വെളുത്തമുഖം ചുകന്ന് വിയർപ്പുതുള്ളികൾകൊണ്ട് മനോഹരമായി മാരിയോവിന് തോന്നി. ഒരു ശരത്കാല സന്ധ്യപോലെ സുന്ദരം.

അവർ കൈയിലുള്ള വെള്ളം മുഴുവൻ കുടിച്ചു തീർത്തു. ഒരു അഡ്വൻചർ നടത്തിയ ചാരിതാർത്ഥ്യമുണ്ടായിരുന്നു മാരിയോവിന്റെ മുഖത്ത്. അവൻ കാമുകിയുടെ മുന്നിൽ ഹീറോ ആയി.

"മറിയാ, വരുന്ന സൺഡേ അല്ലെ ജോക്യാ പരേരയുടെ വെഡിങ്."

"അതെ, മോട്ടിദമൺ ചർച്ച് ഹാളിൽ വച്ചാണ്. ഞാൻ ഡിപ് വയലറ്റ് ലോങ് ഗൗണാണ് ധരിക്കുന്നത്. വയലറ്റ് ബട്ടൺ ബോംബെ ആന്റി കൊണ്ടുവരും. അതുകൂടി തുന്നിപ്പിടിപ്പിച്ചാൽ ഗൗൺ മുഴുവനാകും. മാരിയോ എന്താണ് ധരിക്കാൻ പോകുന്നത്?"

"ഫ്രിൻസുള്ള വെള്ള ഷർട്ടും ബ്ലാക്ക് പാന്റ്സും ബ്ലാക്ക് ഷൂ, പിന്നെ ബ്ലാക്ക് ബോ, അതാണ് എന്റെ വേഷം. നന്നല്ലെ?"

"പിന്നെ, അതൊക്കെ ഇട്ടാൽ മാരിയോ തിളങ്ങും. എന്റെ ഷൂസിൽ ഒരു വയലറ്റു പൂ തുന്നിപ്പിടിപ്പിക്കണം. ഒരു നല്ല പൂ തലയുടെ ഭാഗത്തും. നന്നായിരിക്കും ഇല്ലെ മാരിയോ?"

"തീർച്ചയായും, നിനക്ക് ഏതു ഡ്രസും യോജിക്കും മറിയാ" മാരിയോ ചിരിച്ചുകൊണ്ട് പറഞ്ഞു.

ഞായറാഴ്ച വൈകുന്നേരം ചർച്ച് ഹാൾ ആളുകളെക്കൊണ്ട് നിറഞ്ഞു. എല്ലാവരും അതിമനോഹരമായി ഡ്രസ് ചെയ്ത്, സുസ്മേരവദനരായി കാണപ്പെട്ടു. നവദമ്പതികൾ ചർച്ചിലെ പരിപാടികഴിഞ്ഞ് മടങ്ങുന്നേ ഉള്ളൂ. എല്ലാവരും കസേരകളിൽ ഇരുന്ന് ബാന്റ് കേൾക്കുന്നു. മെൽവിൻ ആന്റ് ഫ്രണ്ട്സാണ് മ്യൂസിക് കൈകാര്യം ചെയ്യുന്നത്.

വരനും വധുവും വധുവിന്റെ വെയിലിന്റെ ഭാഗംപിടിക്കുന്ന പെൺ

കുട്ടികളും മറ്റു കുടുംബാംഗങ്ങളും സ്റ്റേജിലെത്തി. ഉടനെ മുകളിൽനിന്ന് പുഷ്പവർഷം തുടങ്ങി. വധു തലയിൽ പൂവിന്റെ കിരീടവും വെള്ള ലേസ് ഫ്രോക്കും വെള്ള കൈയുറയും വെള്ള ഷൂസും ധരിച്ച് അതീവ സുന്ദരിയായി കാണപ്പെട്ടു. വരനും നല്ല പൊക്കത്തിൽ ഡീപ്ബ്ലൂ സൂട്ടിൽ തിളങ്ങി. എല്ലാവരും അവരവരുടെ ഇരിപ്പിടങ്ങളിൽ ഇരുന്നു. മാരിയോവും മറിയയും മറ്റു ചെറുപ്പക്കാരും ഓരോ ട്രേയിൽ കേക്ക് കൊണ്ടുവന്നു എല്ലാവർക്കും നല്കി. കേക്കിന്റെ പിന്നാലെ ചെറിയ ചെറിയ ഗ്ലാസിൽ വൈൻ നല്കി. വീട്ടിൽ ഉണ്ടാക്കിയ വൈൻ ആണ്. ഒരു മാസം മുമ്പേ ഉണ്ടാക്കുവാൻ തുടങ്ങിയതാണ്. വധുവിനും വരനും ചിയേസ് പറഞ്ഞ് എല്ലാവരും വൈൻ കഴിച്ചു.

മെൽവിന്റെ ബാന്റ് തുടർന്നുകൊണ്ടേയിരുന്നു. നല്ലനല്ല പാട്ടുകൾ. അടുത്തതായി ഓരോ ട്രേയിൽ ചിക്കൻ സാൻഡ്‌വിച്ചു വന്നു. വളരെ ക്രമത്തിലാണ് ഓരോന്നും വന്നുകൊണ്ടിരിക്കുന്നത്. അതിനുശേഷം പേപ്പർ പ്ലേറ്റിൽ മട്ടൻ പുലാവ്. അത് രണ്ടാമതും വരുന്നുണ്ട് വേണമെന്നുള്ളവർക്ക്. പുലാവിനു ശേഷം ഐസ്ക്രീം. എല്ലാവരും ഭക്ഷണം ആസ്വദിച്ചു. ഒരു ബഹളവുമില്ല, തിക്കും തിരക്കുമില്ല. എല്ലാം നല്ല ഓർഡറിലാണ്. ഹോട്ട് ഡ്രിങ്ക്സും കൂൾ ഡ്രിങ്ക്സും വേറെ ഒരുക്കിയിട്ടുണ്ട്. ചെലവെല്ലാം വധുവിന്റെയും വരന്റെയും ആളുകൾ പങ്കുവെക്കും. തികച്ചും ശാന്തമായി, സ്ലോ മ്യൂസിക്കിന്റെ അകമ്പടിയോടുകൂടി വെഡിങ് ഫെസ്റ്റ് അവസാനിച്ചു.

ഭക്ഷണത്തിനുശേഷം എല്ലാ ജോഡികളും പ്രായഭേദമന്യേ ഹാളിന്റെ നടുവിലേക്ക് വന്നു. എല്ലാവരും അവരുടെ പാർട്ണറുടെ കൈ പിടിച്ച് നടുവിൽക്കൂടി പുതുദമ്പതികളെ പോകുവാനായി വരിവരിയായി നിലകൊണ്ടു. പാട്ടിന്റെ താളത്തിൽ എല്ലാവരും സ്റ്റെപ്പ് വയ്ക്കുന്നുണ്ട്. നവദമ്പതികൾ രണ്ടുപേരും കൈകോർത്ത് പിടിച്ച് നടുവിൽക്കൂടി നൂണ്ടു നടന്നുപോയി. അത് മൂന്നുതവണ തുടർന്നു. പിന്നീട് ഡാൻസ് തുടങ്ങി. വളരെ പ്രായമായവർവരെ ഡാൻസിൽ പങ്കെടുത്തു. ഒന്നോ രണ്ടോ റൗണ്ട് കഴിഞ്ഞപ്പോൾ അവരൊക്കെ വിശ്രമിക്കുവാൻ ഇരുന്നു. പിന്നീട് അധികവും ചെറുപ്പക്കാരാണ് ഡാൻസ് ചെയ്യുന്നത്. മാരിയോവും മറിയയും നല്ല ജോഡികളായി മനോഹരമായി ഡാൻസ് ചെയ്തു. അങ്ങനെ ഒരു റൗണ്ട് കഴിഞ്ഞപ്പോൾ വിശ്രമം. അതിനിടയിൽ മാരിയോ, മറിയക്ക് കുടിക്കുവാൻ കൂൾ ഡ്രിങ്ക്സുമായി എത്തിയപ്പോഴേക്കും അടുത്ത റൗണ്ട് തുടർന്നു. മറിയയെ വേറൊരു ചെറുപ്പക്കാരൻ ഡാൻസിന് ക്ഷണിച്ചു. അവൾ അവനോടൊത്ത് ഡാൻസ് ചെയ്തു. മാരിയോവിന് വിഷമം തോന്നി. തെറ്റ് തന്റേതാണ്. വൈകിപ്പോയതുകൊണ്ടല്ലേ? തന്നെയുമല്ല ഒരു പെൺകുട്ടിയെ ഡാൻസിന് ക്ഷണിച്ചാൽ വരില്ലാ എന്ന് പറഞ്ഞുകൂടാ. അത് മാനേഴ്സ് അല്ല.

പിന്നീടുള്ള എല്ലാ റൗണ്ടുകളിലും മറിയയുടെ പാർട്ണർ മാരിയോ തന്നെ. മെൽവിനും നോയലുംകൂടി പാട്ട് തകർത്തു. ഏകദേശം രണ്ടു

മണിവരെ ഡാൻസ് തുടർന്നു.

മാരിയോ മറിയയെ വീട്ടിൽ കൊണ്ടുപോയാക്കി. അവൾ അതീവ സന്തുഷ്ടയായിരുന്നു.

"ബൈ ദ റിവർ ഓഫ് ബാബിലോൺ"....... എന്ന പാട്ട് അവന്റെ ചെവിയിൽ മുഴങ്ങിക്കൊണ്ടിരുന്നു.

ഒൻപത്

അങ്ങനെ ഫ്രാൻസിസ് കൊലാസോ ബി എ പാസായി. പുതിയ കോളേജിലെ ആദ്യത്തെ ക്രിസ്ത്യൻ വിദ്യാർത്ഥി. ഫ്രാൻസിസിന്റെ സന്തോഷത്തിന് അതിരില്ലായിരുന്നു. കഷ്ടപ്പാടുകൾക്കിടയിലും പഠിച്ചു പാസാവാൻ കഴിഞ്ഞുവല്ലോ?

അവന്റെ പ്രൊഫസർ ഉയർന്നു പഠിക്കുവാൻ ഉപദേശിച്ചു. അദ്ദേഹം തന്റെ വിജയത്തിൽ വളരെ സന്തോഷിച്ചു. അത്ര സന്തോഷം തന്റെ നാട്ടുകാർക്കോ വീട്ടുകാർക്കോ അനുഭവപ്പെട്ടില്ല എന്ന് ഫ്രാൻസിസിന് തോന്നി. എത്രയോ ദൂരത്തുനിന്നു വന്ന ആളാണ് പ്രൊഫസർ. അദ്ദേഹത്തിന് തന്റെ ഉയർച്ച മാത്രമേ ലക്ഷ്യമുള്ളു. പഠിക്കണം, ഇനിയും പഠിക്കണം. അദ്ദേഹം പറഞ്ഞു.

പക്ഷേ, ഫ്രാൻസിസിന്റെ സ്ഥിതി അദ്ദേഹത്തിനറിയില്ലല്ലോ? അച്ഛൻ റിട്ടയർ ആയി. കിട്ടുന്ന പെൻഷൻ പകുതി മദ്യത്തിന് ചെലവാകും. പിന്നെ എങ്ങനെ കുടുംബം പുലരും. തനിക്കൊരു ജോലിയാണ് ഇപ്പോൾ ആവശ്യം. കോൺവെന്റിൽ ടീച്ചറായി ജോലി കിട്ടുകയും ചെയ്തു.

ഫ്രാൻസിസിന്റെ ആന്റി ജൂജിത് കൊലാസോ, അവരുടെ കൂടെ ഗോവയ്ക്ക് വരാമോ എന്ന് ചോദിച്ചു. അവരുടെ മകൾ പതിനാറ് കൊല്ലം മുമ്പ് ഗോവയിലെ ഒരു കന്യാസ്ത്രീ മഠത്തിൽ ചേർന്നതാണ്. മിണ്ടാമഠം (House of Silence). അവിടെ ആരും സംസാരിക്കില്ലത്രെ. അത്യാവശ്യത്തിനുമാത്രമേ ഉള്ളു സംസാരം. എങ്ങും പുറത്തിറങ്ങുകയും ഇല്ല. എപ്പോഴും പ്രാർത്ഥന തന്നെ. ആ പെൺകുട്ടി, നല്ല നീണ്ട മുടിയും നല്ല നിറവുമുള്ള ഒരു സുന്ദരിക്കുട്ടി ആയിരുന്നത്രെ. പതിനേഴുവയസ്സുള്ളപ്പോൾ സന്ന്യസിക്കണമെന്ന് പറഞ്ഞ് അവൾ സ്വയം ഗോവയിലെ ഈ മഠത്തിൽ പ്പോയി ചേർന്നതാണ്. ആന്റി ജൂജിത്തിന് വളരെ സങ്കടമായിപ്പോയി.

ആ കന്യാസ്ത്രീയെ ഒന്നു കാണണം, കൂടെ വരുവാൻ ഫ്രാൻസിസിനെ വിളിച്ചു.

അവർ ഗോവയിൽ എത്തി, ആ കന്യാസ്ത്രീമഠം കണ്ടുപിടിച്ചു. പേരു പറഞ്ഞപ്പോൾ ഒരു കന്യാസ്ത്രീ ചെറിയ ചെറിയ അഴികളിട്ട റൂമിലെത്തി. അവരാണ് ഫാത്തിമ, ആന്റിയുടെ മകൾ. ടിക്കറ്റ് കൗണ്ടറിലെ ചെറിയദ്വാരം പോലെയുള്ള വിടവിൽക്കൂടി ജൂജിത് തന്റെ കൈകൾ കടത്തി, മകളെ ഒന്ന് തൊടുവാൻ, ആ കൈകൾ ഒന്ന് സ്പർശിക്കുവാൻ. പക്ഷേ, അവർ അവരുടെ കൈകൾ പിൻവലിച്ചു. അല്പം എന്തോ സംസാരിച്ചു. കൊണ്ടുപോയ ബിബിങ്, ആ ദ്വാരത്തിൽക്കൂടി നല്കി ആന്റി. ഒബ്രിഗാദ് പറഞ്ഞ് ആ കന്യാസ്ത്രീ പോകുകയും ചെയ്തു. ആന്റി ജൂജിത് ഒരുപാട് കരഞ്ഞു. ഫ്രാൻസിസിന് അമർഷമാണ് തോന്നിയത്. ദമണിൽനിന്ന് ഗോവവരെ യാത്ര ചെയ്ത് വന്നിട്ട് അഞ്ചുമിനുട്ടു കൂടി അവർ അവിടെ നിന്നില്ലല്ലോ? എന്തൊരു ജീവിതമാണ്? ഇങ്ങനെയുമുണ്ടോ ഒരു കന്യാസ്ത്രീ ഓർഡർ? ഇത് ഒരുതരം ഒളിച്ചോട്ടമല്ലോ? തന്നിൽനിന്നുതന്നെയുള്ള ഒളിച്ചോട്ടം. ബുദ്ധിശൂന്യമായ ജീവിതം. ആർക്കും ഉപകരിക്കാത്ത ജീവിതം എന്തു ജീവിതമാണ്! ഒരുവിധത്തിൽ ആന്റിയെ പറഞ്ഞു മനസ്സിലാക്കി ദമണിലേക്കുള്ള ബസിൽ യാത്രയായി. യാത്രയിൽ മുഴുവൻ ആന്റി കരഞ്ഞു. പാവം ആന്റി.

ഫ്രാൻസിസ് ആഗിയുടെ വീട്ടിൽപ്പോയി താൻ ബി എ പാസ്സായ വിവരം അവളെ അറിയിച്ച് ആ സന്തോഷം പങ്കുവെക്കണമെന്ന് തോന്നി. പക്ഷേ, വീട് പൂട്ടിയിരിക്കുന്നു. ആന്റി ലയോളയുടെ കൂടെ പുറത്തുപോയിക്കാണും, അവൻ കരുതി. ഒരാഴ്ചയോളം അവർ വന്നതേയില്ല. പിന്നീടൊരിക്കൽ ചർച്ചിൽ ആഗിയെ കണ്ടു. താൻ ജയിച്ചവിവരം പറഞ്ഞു. അവൾ അഭിനന്ദിക്കുകയും ചെയ്തു. അധികം സംസാരിക്കുന്നതിനുമുമ്പ് ലയോള ആന്റി അവളെ വിളിച്ചു.

ആഗിയും കുടുംബവും വളരെ നല്ല ഡ്രസാണ് ധരിച്ചിരുന്നത്. വില കൂടിയ ഷൂസും. ആഗി ജോലി ഉപേക്ഷിച്ചു. ആന്റി ലയോളയുടെ കൂടെ ഔട്ടിങ്ങിന് പോയി. ആരോ പറഞ്ഞ് ഫ്രാൻസിസ് അറിഞ്ഞു. കുടുംബം മുഴുവൻ കള്ളക്കടത്തുമായി ബന്ധപ്പെട്ടിരിക്കയാണെന്ന്. അവളുടെ അമ്മയുടെ ബാങ്ക് അക്കൗണ്ടിൽ മാച്ചികൾ ഒരു വലിയ സംഖ്യ നിക്ഷേപിച്ചു. ഇടയ്ക്കിടയ്ക്ക് പണം എടുത്തുകൊടുക്കുവാൻ അവർക്ക് ബാങ്കിൽ പോകേണ്ടിവന്നു. ആർഭാടമായ ജീവിതം; ആന്റി ലയോളയോടൊപ്പം. ആഗിയും എല്ലാം മറന്നു. സുഖമായി ജീവിക്കണമെന്നു മാത്രമേ ചിന്തയുള്ളൂ. ജീവിതമൂല്യങ്ങൾക്ക് ഒരു സ്ഥാനവും കല്പിച്ചില്ല.

ഫ്രാൻസിസ് പിന്നെയും ആഗിയെ കാണുവാൻ ശ്രമിച്ചു. ജോലി ആയല്ലോ? ഇനി കല്യാണം കഴിക്കാമല്ലോ? പക്ഷേ, ഇത്ര വിലകൂടിയ ഗൗണും ഷൂസും ഒക്കെ തനിക്ക് നല്കാനാകുമോ എന്ന ഭയം ഫ്രാൻസിസിന് ഇല്ലാതിരുന്നില്ല. എന്തുതന്നെയായാലും അവളോട് തുറന്നു ചോദിക്കുകതന്നെ. ആഗി തന്നിൽനിന്ന് അകന്നകന്ന് പോകുകയാണോ?

അങ്ങനെ ഒരു സംശയം. അവളോട് നേരിട്ട് ചോദിക്കുകതന്നെ. ഈ വീർപ്പുമുട്ടലിന് ഒരു അവസാനമാകുമല്ലോ?

സൗകര്യത്തിന് ഒരുദിവസം ആഗിയെ തനിയെ വഴിയിൽവച്ച് കണ്ടുമുട്ടി. ഫ്രാൻസിസ് അവളെ കല്യാണം കഴിക്കുവാൻ തയ്യാറാണെന്ന് പറഞ്ഞു. അധികം വൈകാതെ തന്നെ. അവൾ അതുകേട്ട് ഒരു ഭാവവുമില്ലാതെ പറഞ്ഞു. "പക്ഷേ, ഇത്ര പെട്ടെന്ന് കല്യാണമോ?"

"പെട്ടെന്ന് അല്ലല്ലോ, എനിക്ക് ജോലി ആയല്ലോ."

"ഈ ശമ്പളംകൊണ്ട് ജീവിക്കുവാൻ കഴിയുമോ?"

"ഞാൻ കുറച്ചു ട്യൂഷനും എടുക്കാം?"

"അതൊന്നും ശരിയാകില്ല. ഞാനിപ്പോൾ കല്യാണം കഴിക്കുവാൻ ഉദ്ദേശിക്കുന്നില്ല."

"അതെന്താ?"

"ഞങ്ങൾ കുടുംബം മുഴുവൻ ആസ്ത്രേലിയയിലേക്ക് മൈഗ്രേറ്റ് ചെയ്യാൻ പോകുകയാണ്. അത് ഉടനെ ഉണ്ടാകും. ആന്റി ലയോളയുടെ ഒരു ഫ്രന്റ്, മാച്ചി എല്ലാ ഏർപ്പാടും ചെയ്യുന്നുണ്ട്, വിസയ്ക്കും മറ്റും. പിന്നെ, എന്നെ മറന്നേക്കൂ. നമ്മൾ ഒന്നിച്ചുണ്ടായ ദിവസങ്ങൾക്ക് നന്ദി. അയാം സോറി." ഒരു വികാരവുമില്ലാതെ അവൾ നടന്നുനീങ്ങി. ഫ്രാൻസിസ് നിന്ന നില്പിൽത്തന്നെ കുറെനേരം നിന്നു. അവന് ഒന്നും വിശ്വസിക്കുവാൻ കഴിഞ്ഞില്ല.

ആഗിയുടെ മറുപടി ഫ്രാൻസിസിന് താങ്ങാനായില്ല. അതൊരു വല്ലാത്ത ഷോക്കായിമാറി. അവന്റെ ജീവിതത്തിൽ വേറൊരു പെൺകുട്ടിയും കടന്നുവന്നിട്ടില്ല. ആഗിയുടെ പെരുമാറ്റം അവന്റെ ഹൃദയവും ബ്രെയിനും ഒരുപോലെ തകർത്തു കളഞ്ഞു. ജീവച്ഛവംപോലെ വീട്ടിൽ പോയി തന്റെ കട്ടിലിൽ കിടന്നു. കണ്ണിൽനിന്ന് കണ്ണുനീർ ഒഴുകിയത് അറിഞ്ഞേ ഇല്ല. അമ്മ വന്ന് ചോദിച്ചപ്പോഴാണ് താൻ കരയുകയാണെന്നറിഞ്ഞത്. ആഗി പോയ കാര്യം അവൻ അമ്മയോട് പറഞ്ഞു. "സാരമില്ല മോനെ, അവൾ പോകട്ടെ. അവളിപ്പോൾ വളരെ വിലപിടിച്ച സാധനങ്ങൾ ഉപയോഗിക്കുന്ന കുട്ടിയാണ്. നിനക്കതൊക്കെ വാങ്ങിക്കൊടുക്കുവാൻ കഴിയുമോ? അവരൊക്കെ ആസ്ത്രേലിയയിൽ പോയി സുഖമായി ജീവിക്കട്ടെ. ഇവിടെ വേറെയും പെൺകുട്ടികൾ ഉണ്ടല്ലോ? നല്ല ജോലിയുള്ള നിനക്കതൊരു പ്രയാസവുമില്ല. പോയത് പോട്ടെ സങ്കടപ്പെടാതെ." അമ്മ അവന്റെ തലയിൽ തലോടി ആശ്വസിപ്പിച്ചു.

ഒരു ഉന്മേഷവുമില്ലാതെ ഫ്രാൻസിസ് കോൺവെന്റിൽപ്പോയി. ഒന്നിനും ഒരു ശ്രദ്ധയും ഇല്ലാതായി. ഡ്രസിൽ ശ്രദ്ധ കുറഞ്ഞു. വൈകുന്നേരങ്ങളിൽ ബാറിലേക്ക് പോകുവാൻ മനസ്സ് വെമ്പി. കുടിയനായ അച്ഛന്റെ കുടിക്കാത്ത മകൻ ഒരുദിവസം കുടിച്ചു തുടങ്ങി. കുടിച്ചുകഴിഞ്ഞാൽ എല്ലാം മറക്കും, ആഗിയെ മാത്രം അപ്പോഴും മറക്കാനാവുന്നില്ല.

ഞായറാഴ്ചപോലും പള്ളിയിൽ പോകാതായി. പള്ളിയിലെ ഫാദറും തന്റെ പ്രിയപ്പെട്ട പ്രൊഫസറും ഉപദേശിച്ചുനോക്കി. എല്ലാം അനുസര

ണയോടെ കേൾക്കും. പിന്നെയും മദ്യം കഴിക്കാതെ ജീവിക്കുവാൻ കഴിയാതെവന്നു.

കോൺവെന്റിൽ സിസ്റ്റർ പ്രിൻസിപ്പൽ ഒരുദിവസം വിളിപ്പിച്ചു. അവർ സ്നേഹത്തോടെയാണ് സംസാരിച്ചത്. ഫ്രാൻസിസ് അവിടത്തെ പൂർവ്വകാല വിദ്യാർത്ഥികൂടി ആണല്ലോ? "മൈ സൺ, നീ എന്തിനാണ് ഇങ്ങനെ കുടിച്ചു നശിക്കുന്നത്. ജീവിതം കുടിച്ച് തുലച്ചു കളയാനുള്ളതല്ല. എത്രയോ വലിയ കാര്യങ്ങൾ നിനക്ക് ചെയ്യാനിരിക്കുന്നു. ജീസസ്സ് നിനക്കായി ഒരുപാട് ജോലികൾ നീക്കിവച്ചിട്ടുണ്ട്. അത് നീ അറിയണം. മദ്യം അതിനൊന്നും അനുവദിക്കത്തില്ല. നിനക്ക് മദ്യം ഉപേക്ഷിച്ചുകൂടെ? കുറേശ്ശെയായി നിറുത്തി നോക്കൂ, ഫ്രാൻസിസ്, ഞാൻ ഒരാഴ്ച സമയം തരാം, അതിനുശേഷം മദ്യം കഴിക്കാതെ സ്കൂളിൽ വരണം. നിനക്കതിനുകഴിയും. കഴിയണം. നന്നായി പഠിപ്പിക്കണം. നന്നാവാൻ നോക്കു മോനെ എനിക്ക് ഒരാഴ്ചയിൽ കൂടുതൽ അനുവദിക്കുവാൻ അധികാരമില്ല. ഇപ്പോൾ തന്നെ മറ്റുള്ളവർ എനിക്കെതിരാണ്. മോനെ, നീ കേൾക്കുന്നുണ്ടല്ലോ? ശരി, നന്നായി വരൂ."

അവൻ എല്ലാം ക്ഷമയോടെ കേട്ടു. നന്നാവണമെന്നുണ്ട്. പക്ഷേ, മദ്യം ഉപേക്ഷിക്കുവാൻ മാത്രം കഴിയുന്നില്ല.

ബാറിൽനിന്ന് ഇറങ്ങിയപ്പോൾ റോഡിൽ ആഗി നില്ക്കുന്നു. താൻ വാങ്ങിക്കൊടുത്ത ഗൗൺ ആണ് ധരിച്ചിരിക്കുന്നത്. അടുത്തേക്ക് ഓടി. പക്ഷേ, അവൾ അവിടെ ഉണ്ടായിരുന്നില്ല. കണ്ണുചിമ്മി പിന്നെയും നോക്കി. ഇല്ല. പത്തടിവച്ചപ്പോൾ അതാ വിളക്കുകാലിന്റെ ചുവട്ടിൽ ആഗി നില്ക്കുന്നു. ചിരിച്ചുകൊണ്ട് അടുത്തെത്തിയപ്പോൾ അവിടെ വിളക്കുകൾ മാത്രം.

എവിടെ തിരിഞ്ഞാലും ആഗി മാത്രം. ഇത് തന്റെ വിഭ്രാന്തിയാണോ? മദ്യം തരുന്ന വിഭ്രാന്തി. ഫ്രാൻസിസിന് ഒന്നും പിടികിട്ടിയില്ല. അയാൾ ആകെ വിവശനായി. ഉറക്കമില്ലാത്ത രാവുകൾ, രാത്രിമുഴുവൻ ദമണിൽ അലഞ്ഞുനടന്നു. അമ്മ, പാവം രാത്രി മുഴുവൻ ഭക്ഷണവുമായി കാത്തിരുന്നു. ഒരുദിവസം, രണ്ടുദിവസം, ഫ്രാൻസിസ് മടങ്ങി വന്നില്ല. ആർക്കും ഒരറിവുമില്ല. എങ്ങോട്ടോപോയി, അത്രതന്നെ. പ്രണയത്തിന്റെ പ്രേതഭൂമിയിൽനിന്നൊരു ഒളിച്ചോട്ടം.

പത്ത്

ലിബറേഷനുശേഷം അഗ്നേൽ ഗാമ ലിസ്ബണിൽനിന്ന് ദമണി ലേക്ക് ആദ്യമായി വരികയാണ്. പുതിയ ദമൻ കണ്ടപ്പോൾ ഗാമയ്ക്ക് തന്റെ കണ്ണുകളെ വിശ്വസിക്കുവാൻ കഴിഞ്ഞില്ല. പ്രശാന്തസുന്ദരമായ സ്ഥലം ഇപ്പോൾ തിരക്കേറിയ പട്ടണമായിമാറി. റോഡുകളിൽ വണ്ടിക ളുടെ തിരക്ക്. എവിടേയും പണത്തിന്റെ പ്രതാപം. കുറച്ചു ക്രിസ്ത്യൻ വീടുകൾ മാത്രം പഴയതുപോലെ തന്നെ കാണപ്പെട്ടു.

വർഷങ്ങൾക്കുശേഷം തന്റെ ഏട്ടൻ ഗാമയെ കണ്ടപ്പോൾ അഗ്നേ ലിന് വളരെ വിഷമം തോന്നി. മെലിഞ്ഞ് അസ്ഥികൂടമായിരിക്കുന്നു. ഏട ത്തിയുടെയും ആരോഗ്യം മോശം. ഏട്ടൻ വളരെ സന്തോഷിച്ചു, രാത്രി നല്ല സ്കോച്ച് വിസ്കി കിട്ടുമല്ലോ എന്ന് ഓർത്ത്. അയാൾക്ക് മദ്യം മാത്രം മതി, ഭക്ഷണം വേണമെന്നേ ഇല്ല.

നല്ല ചുറുചുറുക്കുള്ള ഗാമയെ കണ്ടാൽ അറുപതു കഴിഞ്ഞ ആളാ ണെന്ന് തോന്നുകയില്ല. പഴയ പ്രസരിപ്പ് ഇപ്പോഴും ഉണ്ട്. അയാളുടെ പഴയകാല കാമുകിമാരൊക്കെ ഇപ്പോൾ അമ്മൂമ്മമാരായി. എങ്കിലും എല്ലാവരെയും പോയിക്കാണുവാൻ ഗാമ മറന്നില്ല. അയാൾ ആകെ ചുറ്റി നടന്നു കണ്ടു. കൂടെ പഴയ കളിക്കൂട്ടുകാരൻ ലൂയിസും ഉണ്ട്. ലൂയിസ് പ്യൂൺ ജോലിയിൽനിന്ന് റിട്ടയർ ചെയ്തു.

മോട്ടിദമണിലെ കടൽവക്കത്തുള്ള യോഗേശ്വർ അമ്പലം കണ്ട പ്പോൾ ഗാമ അത്ഭുതപ്പെട്ടു. ദമണിൽ വന്ന മാറ്റം അതിശയകരം! പണ്ട് ക്രിസ്ത്യൻ പള്ളികൾ മാത്രമേ കണ്ടിരുന്നുള്ളൂ. ഈ മാങ്കേല ക്ഷേത്ര ത്തിൽ പോകുന്നവർ സസ്യഭുക്കുകളാണത്രെ. മീൻ പിടിച്ചു ജീവിക്കുന്ന മാങ്കേലകൾ സസ്യഭുക്കുകൾ! ഗാമയ്ക്ക് ചിരിവന്നു.

ഗാമയും ലൂയിസും മോട്ടിദമൺ മാർക്കറ്റിന്റെ അടുത്തുള്ള അന്തോൺ ലോപ്പസിനെ കാണുവാൻ പോയി. അദ്ദേഹം പള്ളിയിൽ വയ ലിൻ വായിച്ചിരുന്നു. താൻ കുറച്ചുകാലം ലോപ്പസിന്റെ കീഴിൽ വയലിൻ

അഭ്യസിച്ചു. അത് തനിക്ക് തീരെ വഴങ്ങിയില്ല, ഫുട്ബോൾ മാത്രമേ വഴങ്ങുള്ളൂ എന്ന് മനസ്സിലായപ്പോൾ പഠിത്തം അവസാനിപ്പിച്ചു.

അന്തോൺ ലോപ്പസ് പഴയ ഈസി ചെയറിൽ കിടക്കുന്നു. ചർച്ചിൽ നിന്ന് മടങ്ങിയതേയുള്ളൂ. പഴയതാണെങ്കിലും ഫുൾസ്യൂട്ടിലാണ്. വയസ്സായി. പള്ളിയിലേക്കു മാത്രമേ പോകൂ.

അഭിവാദ്യങ്ങൾക്കുശേഷം ഗാമ ചോദിച്ചു. "ഇപ്പോൾ പള്ളിയിൽ വയലിൻ വായിക്കാറില്ലേ?"

ഇടറിയ സ്വരത്തിൽ ലോപ്പസ് പറഞ്ഞു: "ഇല്യ, ഇപ്പോൾ ക്ലാസിക്കൽ മ്യൂസിക് ആർക്കും വേണ്ട. പള്ളിയിൽ ഇപ്പോൾ കീബോഡാണ്. ഫ്ളൂട്ടും ഇല്ല. ജാസും മറ്റുമാണല്ലോ ഇപ്പോൾ ഫാഷൻ."

"കാലം മാറി സാർ" ഗാമ പറഞ്ഞു. കൊച്ചു ഗ്ലാസുകളിൽ കൊണ്ടുവച്ച വൈൻ കഴിച്ച് അവർ പിരിഞ്ഞു.

മോട്ടിദമൺ ടൗണിൽനിന്ന് അല്പം മാറി തന്റെ കസിന്റെ വീട്ടിലേക്ക് അവർ പോയി. വലിയ വളപ്പും വളരെ വലിയ മാളികയും അതുപോലെതന്നെ. വളപ്പിൽ ഒരു കൃഷിയും ഇല്ല. പണ്ട് സഹോദരി ഭർത്താവ് എല്ലാം കൃഷിചെയ്തിരുന്നു. വളരെ വ്യത്യസ്തനും മിടുക്കനുമായിരുന്നു അദ്ദേഹം. ഒരുപാട് കോഴി, പത്തിരുപത് പശുക്കൾ, പന്നി.... എല്ലാം ഉണ്ടായിരുന്നു. പച്ചക്കറികൃഷി വേറെയും. സുഖസമൃദ്ധമായ ജീവിതമായിരുന്നു അന്നയുടേത്.

ഗാമയെക്കണ്ട് കരഞ്ഞുകൊണ്ട് അന്ന ഓടിവന്നു. അന്നയ്ക്ക് പ്രായമായി.

"അന്ന സുഖം തന്നെയല്ലേ?"

"എന്തു സുഖം, ലോറൻസ് പോയില്ലേ? എന്റെ സുഖവും അതോടെ പോയി."

"കുട്ടികൾ."

"രണ്ടുപേരെയും കെട്ടിച്ചയച്ചു. സുഖമായിരിക്കുന്നു."

ഇവിടെ ഇപ്പോൾ കൃഷിയൊന്നും ഇല്ലേ? പശുക്കളെയും കാണുന്നില്ല?"

"പണിക്കാരെ കിട്ടണ്ടേ? പണ്ട് വർളികൾ ഉണ്ടായിരുന്നു. ഇപ്പോൾ ആരുമില്ല, കൃഷിയും ഇല്ല."

ഗാമയ്ക്ക് ഓർമ്മവന്നു. പണ്ട് സിൽവാസയിൽനിന്ന് വർളികൾ എന്ന ആദിവാസികൾ കുടുംബത്തോടെ ഇവരുടെ വളപ്പിൽ താമസിച്ച് പണി എടുത്തിരുന്നു. അവർക്ക് ഭക്ഷണവും ചെറിയ കൂലിയും രാത്രി കള്ളും നിർബ്ബന്ധമാണ്. അവർക്ക് വേറെ ആവശ്യങ്ങളൊന്നുമില്ല. അവരുടെ പെണ്ണുങ്ങളും കുട്ടികളും ഒക്കെ പണിയെടുക്കും. ലോറൻസ് നല്ലവനായതുകൊണ്ട് ഇവിടെ വർളികൾ സുഖമായി താമസിച്ചിരുന്നു. അവർ വേറെ ആരു വന്നുവിളിച്ചാലും എത്ര കൂലി കൂട്ടിക്കൊടുത്താലും പോകില്ല. വർളികൾ അങ്ങനെയാണ്.

ഉണങ്ങി വരണ്ട ആ വളപ്പ് കണ്ട് ഗാമയ്ക്ക് വിഷമം തോന്നി. വീടിന്റെ പിൻവശത്തുള്ള സിറ്റിങ് റൂമിൽ ഇരുന്ന് ഗാമയും ലൂയിസും വൈൻ കുടിച്ചു. അന്ന മുന്തിരികൊണ്ട് വീട്ടിൽ ഉണ്ടാക്കിയ വൈൻ. ഇനിയും വരാമെന്നു പറഞ്ഞ് അവർ നാനിദമണിലേക്ക് നടന്നു.

നാനിദമൺ ഒരുപാട് തിരക്കുള്ളതായി ഗാമയ്ക്ക് തോന്നി. ലിസ്ബൺ നഗരത്തിൽപ്പോലും ഇത്ര തിരക്കില്ല. ഒരുപാട് പുതിയവീടുകൾ. എല്ലാം മാർബിൾ വിരിച്ച വീടുകൾ. വീടിന്റെ മുൻവശത്ത് ചുമരിൽ ഹിന്ദുക്കളുടെ എല്ലാ ദൈവങ്ങളുടെയും ഫോട്ടോകൾ ഒരേ വലുപ്പത്തിൽ ചില്ലിട്ട് മാല ചാർത്തി വച്ചിരിക്കുന്നു. മുന്നിലെ കോലായിൽ ഫിഷിങ് നെറ്റും മറ്റു പണിയായുധങ്ങളും കൂട്ടി ഇട്ടിരിക്കുന്നു. വീട് മാത്രമേ മാറിയിട്ടുള്ളൂ. അതിൽ വസിക്കുന്നവർ ശരിയായ മാച്ചികൾ തന്നെ.

പണ്ടത്തെ പല പരിചയക്കാരും മരിച്ചുപോയി. എങ്കിലും അവരുടെ വീടുകൾ ഗാമ സന്ദർശിച്ചു. റോഡിന്റെ രണ്ടുഭാഗത്തും പുതിയ കടകൾ, അവയിൽ ഫോറിൻ സാരികളും സൂട്ടും തുണികളും വില്ക്കുന്നു. പഴയ പൊലീസ് സ്റ്റേഷന് ഒരു മാറ്റവുമില്ല. അതിനുള്ളിലെ ചെറിയ കപ്പേളയും അതുപോലെ തന്നെ. പൊലീസുകാരിൽ അധികവും കാത്തലിക്സ് ആണ്. അവരിൽ ഭൂരിഭാഗവും കള്ളക്കടത്തു മാച്ചികളുടെ ശമ്പളക്കാരാണ്.

ഗാമയും ലൂയിസും ടൗണിൽക്കൂടി വടക്കോട്ട് നീങ്ങി. കടൽവക്കത്തുള്ള ഒരുപാട് ഭൂമിയിൽ മാച്ചികൾ തെങ്ങുകൃഷി തുടങ്ങിയിരിക്കുന്നു. റോഡിന്റെ മറുവശത്ത് പണ്ട് പാർസികളുടെ വലിയ വീടുകളും മാവിൻതോട്ടവും ആയിരുന്നു. അതൊന്നും കാണുന്നില്ല. മാവിൻതോട്ടമേ ഇല്ല. അവിടെ മാച്ചികളുടെ വീടുകൾ, നടുക്ക് അവരുടെ പുതിയൊരു അമ്പലവും രാധേസ്വാമികളുടെ കൃഷ്ണക്ഷേത്രം. ഒരുപാട് മാച്ചികൾ രാധേസ്വാമികളായി മാറി. ഇവർ സസ്യഭുക്കുകളാണ്. ഗാമയ്ക്ക് ആശ്ചര്യം തോന്നി. കാലം പോയ പോക്കേ!

ലൂയിസ് പറഞ്ഞു: "നമ്മൾക്ക് ദേവ്കാ ബീച്ചിലേക്ക് പോകാം. പണ്ടത്തെ ദേവ്കാ അല്ല ഇപ്പോൾ. നല്ല ബീച്ചാണ്. ഒരുപാട് വ്യത്യാസം വരുത്തിയിട്ടുണ്ട്. ടൂറിസ്റ്റുകൾ വരുന്നതുകൊണ്ട് എല്ലാ സൗകര്യങ്ങളും ഒരുക്കിയിട്ടുണ്ട്. അവർ സാവധാനം നടന്നു. വഴിയിൽ പഴയ വലിയ ജനറേറ്റർ കണ്ടു. ഇപ്പോൾ ഉപയോഗിക്കാതെ തുരുമ്പുപിടിച്ചു കിടക്കുന്നു. പണ്ട് മോട്ടിദമണിനും നാനിദമണിനും വേണ്ട വൈദ്യുതി ഈ ജനറേറ്റർ നല്കിയിരുന്നു. ഇപ്പോൾ ഇന്ത്യയിൽനിന്നാണ് വൈദ്യുതി വരുന്നത്.

വോറ കമ്യൂണിറ്റിയുടെ പ്രാർത്ഥനാലയം കണ്ടു. അതിനൊന്നും ഒരു വ്യത്യാസവുമില്ല. പാർസികളുടെ 'ഫയർ ടേബിൾ' പഴയതുപോലെ തന്നെ ഉണ്ട്, അവിടെ ഒരു ബാവാജി (പാർസി)യെ കണ്ടു. പഴയ ആളു തന്നെ. വയസ്സായി എന്നുമാത്രം.

ടൗൺ കഴിഞ്ഞു. കടൽവക്കത്തുകൂടിയുള്ള യാത്ര സുഖകരം, കടലിന്റെ വളരെ അടുത്തുവരെ മാച്ചികളുടെ തെങ്ങുകൃഷി. അതിന്റെ നടുവിൽ അവരുടെ വലിയ വലിയ വീടുകൾ. മാർവാഡ് ആശുപത്രിക്ക് ഒരു വ്യത്യാസവുമില്ല. കുറെയധികം ഇന്ത്യൻ ഡോക്ടർമാർ ഉണ്ട്. അവർക്ക് താമസിക്കുവാനുള്ള കോട്ടേഴ്സും പണിതിട്ടുണ്ട്. ആശുപത്രി കഴിഞ്ഞ് പിന്നെയും വടക്കോട്ടു നടന്നു. വഴിയിൽ നല്ല ഇളനീർ കട കണ്ടു. അവർ ഇളനീർ കഴിച്ച് യാത്ര തുടർന്നു. ദേവ്കാ ബീച്ച് മനോഹരമായിരിക്കുന്നു. ധാരാളം ആളുകൾ ഉണ്ട്, കുട്ടികൾ ഓടിക്കളിക്കുന്നു. അല്പം അകലെ

പാൾസി കോട്ടേഴ്സ് കണ്ടു. പണ്ട് ഒരുപാട് പാൾസികൾ ദമണിൽ ഉണ്ടായിരുന്നു. ദമണിൽ ഒരു പാൾസി കവി താമസിച്ചിരുന്നു. അദ്ദേഹത്തിന്റെ ഓർമ്മയ്ക്ക് ഒരു റോഡിന് അദ്ദേഹത്തിന്റെ പേര് നല്കിയിട്ടുണ്ട്.

പണ്ട് ദമണിലെ വലിയ വീടുകളെല്ലാം പാൾസികളുടേതായിരുന്നു. അവരിൽ അധികപേരും ബോംബെയ്ക്ക് പോയി. എങ്കിലും എല്ലാ സമ്മറിലും അവരുടെ കോട്ടേജിലേക്ക് വരും. രണ്ടുമാസം അവിടെ താമസിക്കും. കടൽവക്കത്തുള്ള കോട്ടേജിൽ താമസിക്കാൻ നല്ല സുഖം. മറ്റു പത്തുമാസവും ആ കോട്ടേജൊക്കെ പൂട്ടിക്കിടക്കും.

ലൂയിസ് പറഞ്ഞു: "പഴയ ഡോസുബൈ മരിച്ചു. ഇപ്പോൾ മകൻ ജഹാംഗീർ ആണ് ആ കട നടത്തുന്നത്. പക്ഷേ, ഡോസുബൈയുടെ ഗുണമില്ല മകന്."

"ഫിറോഷില്ലെ ഇപ്പോഴും." ഗാമ ചോദിച്ചു.

"ഓ, ഫിറോഷോ, അയാൾ ഒരു സ്കൂട്ടർ അപകടത്തിൽ മരിച്ചുപോയി."

"വോറാ കമ്യൂണിറ്റിയിലെ നല്ലവനായിരുന്നു ഫിറോഷ്."

"വോറാസും ഖോജാസും ഒക്കെ അമേരിക്കയിലേക്ക് പോയി. വളരെ കുറച്ചുപേർ മാത്രമേ ദമണിൽ ഉള്ളൂ."

ഒഴിഞ്ഞുകിടന്ന പാൾസി ക്വാട്ടേജസ് കണ്ട് ഗാമയ്ക്ക് നിരാശയായി. അവർ മടങ്ങി. ബ്രാഹ്മിൻ തെരുവിലൂടെ നടന്നു. പഴയ ചില ചങ്ങാതിമാരെ ഗാമ അന്വേഷിച്ചു.

"ഭരത് തൃവേദി മരിച്ചുപോയി. മകനുണ്ട്."

"മകനെ ഞാൻ അറിയില്ല, പണ്ടു ഹിന്ദുക്കളുടെ വീട്ടിൽ സത്യനാരായണ പൂജ ചെയ്തിരുന്ന ആ ഭട്ട് ഇല്ലെ ഇപ്പോൾ? ഒരു വലിയ കൂവ (കിണർ)യുടെ അടുത്ത് താമസിച്ചിരുന്ന ഭട്ട് പണ്ട് എന്റെ ഒരു ബ്രാഹ്മിൻ ചങ്ങാതി ഹേമന്ത് സത്യനാരായണ പൂജയുടെ പ്രസാദം കഴിക്കുവാൻ പൂജയുള്ള വീട്ടിലേക്ക് കൊണ്ടുപോകുമായിരുന്നു. ആ കേസരിക്ക് എന്തൊരു സ്വാദാണെന്നറിയോ?"

"നല്ല നെയ്യിൽ ഉണ്ടാക്കിയതാണ്. അങ്ങനെ ഒന്ന് പിന്നീട് ഞാൻ എവിടെയും കഴിച്ചിട്ടില്ല. ഹേമന്ത് ഇപ്പോൾ ലണ്ടനിൽ ആണെന്നറിയാം." ഗാമ ഒരു നെടുവീർപ്പിട്ടു. പഴയകാല ചിന്തകൾ അയാളെ മൂകനാക്കി. "ആ ഭട്ട് മരിച്ചുപോയി. അദ്ദേഹത്തിന്റെ അനുജനാണ് ഇപ്പോൾ പൂജയ്ക്ക് പോകുന്നത്."

ഓ, എന്തുമാത്രം വ്യത്യാസങ്ങൾ വന്നു. പഴയ ബ്രാഹ്മിൻ തെരുവേ അല്ല, ഇടയ്ക്കിടയ്ക്ക് മാച്ചികളുടെ വീടുകൾ വന്നിരിക്കുന്നു.

ലൂയീസ് പറഞ്ഞു: "ഇപ്പോൾ ഇവിടെ രണ്ട് സിനിമാ തിയേറ്ററുകൾ ഉണ്ട്."

"നല്ല ഇംഗ്ലീഷ് സിനിമ വരുമോ?" ഗാമ അന്വേഷിച്ചു.

"ഇംഗ്ലീഷ് സിനിമ വരില്ല. ഹിന്ദിയും ഗുജറാത്തി സിനിമയും വരും. നല്ല തിരക്കാ." നടന്ന് അവർ ജെട്ടിയുടെ അടുത്തെത്തി. അവിടെ ഒരു ഡിസ്പെൻസറിയുടെ ബോർഡ് കണ്ടു ഡോക്ടർ കാന്തിലാലിന്റെ ഡിസ്പെൻസറി. അടുത്തുതന്നെ അദ്ദേഹത്തിന്റെ നഴ്സിങ് ഹോം ഉണ്ട്. ഡോക്ടർ കാന്തിലാൽ ഡിസ്പെൻസറിയുടെ മുന്നിൽ നില്ക്കുന്നു. ലൂയി

സിനെകണ്ട് ചിരിച്ചു. ലൂയിസിന് കാന്തിലാലിനെ പരിചയമുണ്ട്. ലൂയീസ് കാന്തിലാലിനെ ഗാമയ്ക്ക് പരിചയപ്പെടുത്തി. സ്ഥലത്തെ പ്രധാന ദിവ്യനാണല്ലോ? ഗാമയെ നോക്കി കാന്തിലാൽ പറഞ്ഞു: "ഇദ്ദേഹത്തെ ഞാൻ കണ്ടിട്ടില്ല. ഞാൻ ദമണിൽ സേവനം ചെയ്യുവാൻ വന്ന ആളാണ്. ഇവിടെ വേറെ ഡോക്ടർമാർ ആരും ഉണ്ടായിരുന്നില്ലല്ലോ?"

"ഈ ബിൽഡിങ് ഒരു പാൾസിയുടെതായിരുന്നില്ലെ? എനിക്കോർമ്മയുണ്ട്. അതെ, ഇത് ഡോസുഭൈയുടെതായിരുന്നു. അദ്ദേഹം മരിച്ചുപോയി. മകനാണ് കാര്യങ്ങൾ നോക്കുന്നത്. ഞാൻ ഇത് വാങ്ങി. ലാഭത്തിൽ കിട്ടുകയും ചെയ്തു. അതുകൊണ്ട് ഒരു നഴ്സിങ് ഹോം തുടങ്ങുവാൻ കഴിഞ്ഞു. അല്ലെങ്കിൽ ഒരു ചെറിയ കേസിനുപോലും വാപിവരെ പോകണ്ടെ ഇവിടത്തുകാർക്ക്?"

ലൂയീസ് ഗാമയുടെ ചെവിയിൽ പോർച്ചുഗീസിൽ പറഞ്ഞു: "ഇതൊരു അബോർഷൻ കേന്ദ്രമാണ്."

കാന്തിലാൽ തുടർന്നു. "നിങ്ങൾക്കറിയുമോ, ഇവിടെ ഒരു നേഴ്സിങ് ഹോം ആദ്യമായി തുടങ്ങിയത് ഞാനാണ്. ഇവിടെ ഒരു കോൺഗ്രസ് പാർട്ടി ഓഫീസ് തുടങ്ങിയതും അതിന്റെ പ്രസിഡന്റ് ആയതും ഞാനാണ്. പക്ഷേ, അസംബ്ലിയിലേക്ക് മാച്ചികൾ മാത്രം മത്സരിക്കും. അവരുടെ കൈയിലല്ലേ പണം? ഇത്തവണ പ്രോമാഭൈ, ദേവൂഭൈ എല്ലാവരും നില്ക്കുന്നുണ്ടെന്ന് കേട്ടു. വിവരമില്ലെങ്കിലും എല്ലാ മുഖ്യസ്ഥാനവും അവർക്കുവേണം. വേറെ ആരെയും അനുവദിക്കില്ല. എന്റെയൊക്കെ സേവനത്തിന് ഒരു വിലയുമില്ല. എന്റെ ത്യാഗത്തിന് ഒരു സ്ഥാനവുമില്ല." കാന്തിലാൽ സങ്കടപ്പെട്ടു.

ഡോക്ടർ കാന്തിലാലിന്റെ സേവനത്തെക്കുറിച്ച് ഓർത്ത് ലൂയിസും ഗാമയും കുറെനേരം ചിരിച്ചു.

നാനി ദമണിൽനിന്ന് മടങ്ങുന്നതിനുമുമ്പ് ഒരു ബാറിൽ വിസ്കി കുടിക്കുവാൻ കയറി. അവിടെ ഇരുന്ന് കുടിക്കുന്ന പുതുമടിശ്ശീലക്കാരായ മാച്ചികളുടെ പെരുമാറ്റം ഗാമയ്ക്ക് പിടിച്ചില്ല. അവർ ഓർഡർ ക്യാൻസൽ ചെയ്ത് മടങ്ങി.

നാനിദമണിൽ എപ്പോഴും തിരക്കാണ്. ആളുകൾ വളരെ പ്രയത്നശാലികളും. എന്തെങ്കിലും വ്യാപാരം നടത്തി പണം ഉണ്ടാക്കുന്നു. മോട്ടിദമണിലെ കാത്തലിക്സ് ഇപ്പോഴും പഴയപോലെ ശാന്തമായി ജീവിക്കുന്നു. ലിസ്ബണിലെ പണംകൊണ്ടാണ് അധികംപേരും ജീവിക്കുന്നത്. കാലം മാറിയതറിയാത്ത ആളുകൾ. പള്ളിയിൽപോക്കും ഡാൻസും കേക്കും മാത്രമുള്ള ജീവിതം.

അഗേൽ ഗാമയ്ക്ക് ആകെ മടുപ്പുതോന്നി. ലീവ് ക്യാൻസൽ ചെയ്ത് ലിസ്ബണിലേക്ക് മടങ്ങുവാൻ തീരുമാനിച്ചു. ഏട്ടൻ ഗാമയ്ക്ക് രണ്ടു കുപ്പി സ്കോച്ച് വാങ്ങിക്കൊടുത്താൽ പിന്നെ താൻ പോകുന്നതിൽ വിഷമമുണ്ടാവില്ല.

അടുത്ത ആഴ്ച അഗേൽ ഗാമ ലിസ്ബണിലേക്ക് മടങ്ങി. ബോംബെ എയർപോർട്ടിൽനിന്ന് ഗാമ സ്വയം പറഞ്ഞു:

"പാരഡൈയ്സ് ലോസ്റ്റ്" (paradaise lost).

പതിനൊന്ന്

മറിയയുടെ അച്ഛൻ ജോൺ ബോംബെയിൽനിന്ന് മടങ്ങിവന്നു. പണത്തിരുമറിയിൽ ജോലി നഷ്ടപ്പെട്ടു എന്ന് പറയുന്നതാവും ശരി. ജോൺ പരേര ദമണിലെ വീട്ടിൽ സ്ഥിരതാമസമാക്കി. അടങ്ങിയൊതുക്കി ഇരിക്കാൻ കഴിയാത്ത പ്രകൃതം. വയസ്സ് അമ്പത്തഞ്ച്, നല്ല ആരോഗ്യ വും. പഴയ മാച്ചികൾ ജോണിനെക്കണ്ടാൽ ചോദിക്കും: "സിന്തോർ ഇനി ബോംബെയ്ക്കു പോകുന്നില്ലേ." (സിന്തോർ ഒരു പോർച്ചുഗീസ് വാക്ക്)

"ഇല്ല, ഇനി ഇവിടെ തന്നെ താമസിക്കുവാൻ തീരുമാനിച്ചു."

വേറെ ചില ഹിന്ദുക്കൾ കാത്തലിക്സിനെ "ഫൺഗൺ" (പറങ്കി) എന്നും വിളിച്ചു.

നാനിദമണിലെ മാച്ചികളുടെ ധനസ്ഥിതികണ്ട് ജോൺ അത്ഭുത പ്പെട്ടു. തീരെ ഗതിയില്ലാതിരുന്ന കൂട്ടരാണ് ഇത്രവേഗം ധനവാന്മാരായി ത്തീർന്നത്. ജോൺ അവരുടെ കൂടെച്ചേർന്ന് ഒരു ഡ്രൈവറുടെ ജോലി തരപ്പെടുത്തി. അയാൾക്ക് ബോംബെ നല്ല പരിചയമായതുകൊണ്ട് ബോംബെയിലെ കാര്യങ്ങൾ കുറേശ്ശെ മാച്ചികൾ ജോണിനെ ഏല്പിച്ചു തുടങ്ങി. എല്ലാം വിശ്വാസത്തിന്റെമേൽ ആണ്. അത് ജോണിന് നല്ല പോലെ അറിയാം. തികച്ചും വിശ്വസ്തനായി തന്നെ ഏല്പിച്ച ജോലി കൾ ശ്രദ്ധാപൂർവ്വം ചെയ്തു. പണം ധാരാളം വന്നു തുടങ്ങി. അയാ ളുടെ രണ്ട് ആൺമക്കൾ മൈക്കിളും ലുഡ്‌വിക്കും അച്ഛനെ സഹായിച്ചു തുടങ്ങി. സ്കൂൾഡ്രോപ്പവുട്ടാണ് രണ്ടുപേരും. കണ്ടാൽ അതിസുന്ദരന്മാ രും. നല്ല മിടുക്കുള്ള ഡ്രൈവേഴ്സ്, പണം വീട്ടിലേക്ക് ഒഴുകിത്തുടങ്ങി. മറിയയും അവരുടെ കൂടെ പോയിത്തുടങ്ങി. കാശ്മീർ, ഊട്ടി എന്നിവിട ങ്ങളിൽ മാച്ചികൾക്കൊപ്പം പിക്നിക്കിന് പോയി. തികച്ചും ആർഭാടകര മായ ജീവിതം. വീടുനിറയെ ഫോറിൻ സാധനങ്ങൾകൊണ്ട് നിറഞ്ഞു.

ടി വി തുടങ്ങിയവ ഉടനെ ജോൺ ഒന്നു വാങ്ങി, ബോംബെയിൽനിന്നുള്ള പ്രക്ഷേപണം ശരിയായി കിട്ടിത്തുടങ്ങിയിരുന്നില്ല. എങ്കിലും വീഡിയോ വാങ്ങി സിനിമകണ്ടു, മറ്റുള്ളവരെ കാണിച്ചു. എല്ലാവർക്കും സന്തോഷം. വീഡിയോ കാണാത്തവരൊക്കെ അത് കാണുവാൻ വന്നു.

പള്ളിപ്പിരിവിന് ജോൺ ഏറ്റവും കൂടുതൽ തുക നല്കി. മറിയയും അമ്മയും ബോംബെയിൽനിന്ന് വാങ്ങിയ പുത്തൻ സ്വർണ്ണാഭരണങ്ങളും ഡയമണ്ട് ഡ്രോപ്സും ബ്രേസ്ലറ്റും ഒക്കെ അണിഞ്ഞ് പള്ളിയിൽപ്പോയി. മറ്റുള്ളവരുടെ അസൂയനിറഞ്ഞ നോട്ടം കണ്ട് സന്തോഷിച്ചു.

മറിയായുടെ മാറ്റങ്ങൾ മാരിയോവിനെ അതിശയപ്പെടുത്തി. അവൾ തന്നെ തഴയുകയാണോ എന്നൊരു സംശയം അവനുതോന്നി. പള്ളിയിൽ വെച്ചുകണ്ടാൽ കൂടി കാണാത്തഭാവത്തിൽ നിന്നു. മറിയായെ മറക്കാനൊക്കുന്നില്ല. എങ്ങനെയാ അവളെ മറക്കുക? എത്ര സന്തോഷത്തോടെ ദിവസങ്ങൾ ചെലവഴിച്ചവരാണ്? മാരിയോ എപ്പോഴും അവന്റെ വിവാഹത്തെപ്പറ്റി സ്വപ്നം കണ്ടിരുന്നു. വെളുത്തഗൗണും വെളുത്ത ഗ്ലൗസും ഷൂസും ഇട്ട് വെളുത്ത വെയിൽ നിലത്തിഴയുന്നത് ചെറിയ കുട്ടികൾ പിടിച്ചുനടക്കുന്നത്, അങ്ങനെയുള്ള മറിയായെ അവൻ സ്വപ്നം കണ്ടു. മണവാട്ടിവേഷത്തിൽ അവൾ അതീവ സുന്ദരിയായി മാരിയോവിന് തോന്നി. മാരിയോ തന്റെ കറുത്ത സൂട്ടിലായിരുന്നു. വെഡിങ് കഴിഞ്ഞ് ടൗൺ ചുറ്റുവാൻ ഒരു സ്നേഹിതന്റെ കാർവരെ അവൻ ഏർപ്പാട് ചെയ്തിരുന്നു. ആ മോഹങ്ങളൊക്കെ മറിയ തകർത്തുകളഞ്ഞില്ലെ? ഒരുപക്ഷേ, മാതാപിതാക്കളുടെ നിർബ്ബന്ധംകൊണ്ടാകാം മറിയയിൽ ഈ മാറ്റം. ഏതായാലും അവളെക്കണ്ട് ചോദിച്ചുകളയാം. സത്യസ്ഥിതി അറിയണമല്ലോ?

മാരിയോ അവളെ കാണുക തന്നെ ചെയ്തു. അവൻ പറഞ്ഞു: "കഴിഞ്ഞതൊക്കെ ഞാൻ മറക്കാം, എല്ലാം മറക്കാം. നീ ഈ ജീവിതം കളഞ്ഞ് എന്റെ കൂടെ വരൂ. നമ്മൾക്ക് കല്യാണം കഴിച്ച് സുഖമായി ജീവിക്കാം. ഞാൻ വെഡിങ്ങിന് വേണ്ടതെല്ലാം ഒരുക്കിയിട്ടുണ്ട്. ഇനി മറിയയുടെ സമ്മതം മാത്രം മതി. പറയൂ ഒരുക്കമല്ലേ?"

മറിയ ഇത്രയും നേരം തലതാഴ്ത്തി നില്ക്കുകയായിരുന്നു. അവൾ തലയുയർത്തി മാരിയോവിനെ നോക്കി. "I am sorry, എനിക്കതിന് കഴിയില്ല, I am really sorry. Please forget me, എന്നെ മറന്നേക്കൂ. വേറെ ആരെയെങ്കിലും കല്യാണം കഴിക്കൂ."

"വേറെ ആരെയും എനിക്ക് സങ്കല്പിക്കുവാൻപോലും കഴിയില്ല. എനിക്ക് മറിയ മാത്രമേ ഉള്ളൂ." മാരിയോവിന്റെ സ്വരം തളർന്നിരുന്നു.

"ഞാൻ പറഞ്ഞില്ലെ, എനിക്കതിന് കഴിയില്ല. ഞങ്ങൾ ഒരുപക്ഷേ, ബോംബെയ്ക്ക് സ്ഥിരതാമസത്തിന് പോയേക്കും. I am sorry, എന്നെ വെറുതെ വിടൂ."

അവൻ തലകുനിച്ച് പതുക്കെ നടന്നുപോയി.

മാരിയോവിന് സങ്കടം സഹിക്കാൻ കഴിഞ്ഞില്ല. മറിയ ഇല്ലാതെ ദമ

ണിൽ എങ്ങനെ താമസിക്കും. ദമണിലെ ഓരോ സ്ഥലവും മറിയയുടെ കൂടെ സന്തോഷത്തോടോ ചുറ്റിയതാണ്. അവളില്ലാത്ത ലോകത്തെപ്പറ്റി ചിന്തിക്കാനേ അവനു കഴിഞ്ഞില്ല.

ഈ അവഹേളനം സഹിച്ച് ദമണിൽ ജീവിക്കാൻ പ്രയാസം തോന്നി മാരിയോവിന്. ആയിടയ്ക്ക് അവന്റെ ഒരു കൂട്ടുകാരൻ മുംബൈയിൽനിന്ന് ലീവിനു വന്നു. മാരിയോവിന്റെ കഥ കേട്ട് ബോബിക്ക് ചിരിവന്നു.

"നീ ഇപ്പോഴും മറിയയെതന്നെ നിനച്ചിരിക്കുകയാണോ? അത് വിട്. പോയത് പോയി. ഈ കൊച്ചു ദമണിനപ്പുറം ലോകം ഉണ്ടെന്ന് നീ അറിയണം. നീ ജീവിതം തുടങ്ങാൻ പോകുന്നേ ഉള്ളൂ. മിടുക്കനായി ജീവിച്ചു കാണിക്ക്."

"അങ്ങനെ പറഞ്ഞു കൊടുക്കൂ മോനെ." മാരിയോവിന്റെ അമ്മ പറഞ്ഞു: "മോൻ ഇവനെ ദുബായിലേക്ക് കൊണ്ടുപോ, ഒരു സ്ഥലമാറ്റം ഇവനിപ്പോൾ ആവശ്യമാണ്. പിന്നെ കാത്തലിക്കായി നീ ഒരാളുണ്ടല്ലോ, എനിക്കതുമതി."

"ഓൺടി, അവിടെ ഒരുപാട് കാത്തലിക്സ് ഉണ്ട്. ദമണിൽനിന്ന് കുറവാണെന്നുമാത്രം. ഗോവയിൽനിന്നും കേരളത്തിൽനിന്നും ഒരുപാട് കാത്തലിക്സ് ഉണ്ട്. ഓൺടി പേടിക്കേണ്ട. ഞാൻ ഇവനെ കൊണ്ടു പോകാം. ഇവിടെ ഇവനെ ഒറ്റയ്ക്ക് വിട്ടാൽ ശരിയാകില്ല. ദുബായിൽ മടങ്ങിയെത്തിയാൽ ഉടനെ വിസ അയച്ചുതരാം. ഇവനെ ഞാൻ വേറൊരു ആളാക്കി മാറ്റിയെടുക്കും. ഓൺടി കണ്ടോ."

"ഒബ്രിഗാദ് ബോബിമോനെ" അമ്മ സമാധാനിച്ചു.

അങ്ങനെ ഒരുദിവസം മാരിയോ ദുബായിലെത്തി, ഭാഗ്യത്തിന് ഉടനെ ജോലിയും കിട്ടി.

മാരിയോവിന്റെ ആകാരവും ഹൃദ്യമായ പെരുമാറ്റവും ചുറുചുറുക്കും ഓഫീസിൽ ഉള്ളവർക്കൊക്കെ ഇഷ്ടമായി. ജോലിയിൽ പരിചയമാകുന്നതുവരെ സഹായിക്കുവാൻ ലില്ലിജോർജ്ജ് എന്ന പെൺകുട്ടി തയ്യാറായി. ലില്ലി സൗത്ത് ഇന്ത്യനാണ്.

ക്രമേണ ദുബായ് ജീവിതവുമായി മാരിയോ ഇണങ്ങി. ദമൺ എന്ന ചെറിയ സ്ഥലത്തെ ചിന്തയേ അല്ല ദുബായ്കാർക്ക്. വളരെ കഠിന പ്രയത്നം ചെയ്യുക, കഴിയുന്നത്ര പണം സമ്പാദിക്കുക, ഇതുമാത്രമേ ലക്ഷ്യമുള്ളൂ. മാരിയോവിന്റെ ലോകം വളരെ വലുതായി. മറിയയെ പതുക്കെ മറന്നു തുടങ്ങി. പകരം ലില്ലിജോർജ്ജ് കടന്നുവന്നു. ലില്ലിക്കും അവനെ ഇഷ്ടമായി. മാരിയോ അമ്മയ്ക്കെഴുതി:

"ഞാനിവിടെ ഒരു കാത്തലിക് പെൺകുട്ടിയുമായി ഇഷ്ടത്തിലാണ്. അമ്മയ്ക്ക് ലില്ലിയെ ഇഷ്ടമാകും. നല്ല സ്വഭാവമുള്ള പെൺകുട്ടി."

അമ്മയുടെ മറുപടി ഉടനെ കിട്ടി.

"നമ്മൾക്ക് കല്യാണം ദമണിൽ വച്ച് നടത്താം. എനിക്ക് നീ മാത്രമല്ലേ ഉള്ളൂ. അതുകൂടി കണ്ടിട്ടുവേണം എനിക്കു മരിക്കുവാൻ. കഴിയുന്നതും വേഗം വരുവാൻ നോക്കൂ."

മാരിയോവിന് വളരെ സന്തോഷം തോന്നി. ലില്ലിയുമൊത്തുള്ള ജീവിതം അവർ ഭാവനയിൽ കണ്ടു. തന്റെ വെഡിങ് എന്നും അവന്റെ സ്വപ്നമായിരുന്നു. അവർ രണ്ടുപേരും ലീവിനു ശ്രമിച്ചു തുടങ്ങി.

അവിചാരിതമായി മാരിയോവിന്റെ അമ്മ മരിച്ച വിവരം വന്നു. അവനാകെ തകർന്നുപോയി. ഈ ലോകത്തിൽ സ്വന്തമായി അമ്മ മാത്രമേ ഉണ്ടായിരുന്നുള്ളൂ. അമ്മ തന്റെ കല്യാണം കാണുവാനും നിന്നില്ല.

എങ്ങനെയോ നാലുദിവസത്തെ ലീവിൽ ദമണിലെത്തി. അമ്മയെ അടക്കിയ പെട്ടി പള്ളിയിലായിരുന്നു. മണവാട്ടി ഡ്രസിൽ കൈയിൽ ഒരു ക്രോസും പിടിച്ച് റീത്തുകൊണ്ടും പുഷ്പങ്ങൾകൊണ്ടും അലങ്കരിച്ച പെട്ടിയിൽ മാരിയോ വാവിട്ടു കരഞ്ഞുപോയി.

മോട്ടി ദമണിലെ സെമിത്തേരിയിലേക്ക് മൗനജാഥയായി പോയി അന്ത്യകർമ്മം നിർവ്വഹിച്ചു. മാരിയോ തളർന്നുപോയി. എല്ലാവരും അനുശോചനം അറിയിച്ചു.

അടുത്തദിവസം ചിലർ വന്ന് മറിയയെപ്പറ്റി പറഞ്ഞു. അവളുടെ അച്ഛനും സഹോദരന്മാരും ജയിലിൽ, കള്ളക്കടത്തിൽ പിടിക്കപ്പെട്ടു. അമ്മയ്ക്ക് തീരെ സുഖമില്ല. മറിയയെ അവൻ ഒരു നോക്കു കാണുകയും ചെയ്തു. ദയനീയമായൊരു കാഴ്ച. മെലിഞ്ഞ്, സൗന്ദര്യമെല്ലാം പോയി വിളറിവെളുത്തൊരു രൂപം. ആ കാഴ്ച മാരിയോവിനെ വല്ലാതെ അലട്ടി. ദമണിൽനിന്ന് എത്രയും വേഗം രക്ഷപ്പെടണമെന്ന് തോന്നി. എത്രയോ ദിനങ്ങൾ തന്റെയും മറിയയുടെയും കല്യാണവും പട്ടണം ചുറ്റലും കൊച്ചുവീടും കുട്ടികളും തന്റെ കുട്ടികളെ താലോലിക്കുന്ന അമ്മയും എല്ലാം സ്വപ്നം കണ്ടതാണ്. എത്രയും വേഗത്തിൽ ദുബായിലേക്ക് മടങ്ങണമെന്ന് തോന്നി.

അത്യഗാധമായ അർത്ഥശൂന്യതയുടെ ഒരു ഇരുളടഞ്ഞ ടണൽ മാരിയോവിന്റെ കണ്ണിൽ തെളിഞ്ഞു. പക്ഷേ, അതിന്റെ മറ്റേ അറ്റത്ത് ഒരു വെളിച്ചമുണ്ട്, ആ വെളിച്ചത്തിലേക്കുള്ള യാത്രയാണ് ഇനി.

പുലർച്ചെ മോട്ടി ദമണിൽനിന്ന് ഭിലാഡ് എന്ന റെയിൽവേസ്റ്റേഷനിലേക്കുള്ള ബസിൽ മാരിയോ യാത്രയായി. ഭിലാഡിൽനിന്ന് ബോംബെയ്ക്ക് ട്രെയിനിൽ.

പുലർകാല ബസുയാത്ര സുഖകരമായി തോന്നി. കുളിർകാറ്റ് അവന്റെ നീറുന്ന മനസ്സിനെ തണുപ്പിച്ചു. അവന് ആശ്വാസം പകർന്നു. വഴിയരികിലെ മാവിൻതോട്ടങ്ങൾ, പച്ചക്കറിപ്പാടങ്ങൾ, ചെറിയ ഗ്രാമങ്ങൾ എല്ലാം അവന്റെ കണ്ണു നനച്ചു. ഇനി ഇതൊന്നും കാണുവാൻ കഴിയില്ലല്ലോ? എന്ന് ഒരുനിമിഷം ഓർത്തു. ഈ പച്ചപ്പ്, ഈ ശാന്തത, ഈ ശീതളച്ഛായ എല്ലാത്തിനോടും വിടപറയുന്നു. ഈ മനോഹര ദേശത്തോട് യാത്ര പറയുവാൻ കഴിയുന്നില്ല. എങ്കിലും പോയേ മതിയാകൂ. എല്ലാ കാഴ്ചകളും മറഞ്ഞു തുടങ്ങി, ബസ് ഓടിക്കൊണ്ടേ ഇരുന്നു. മാരിയോവിന്റെ കണ്ണുകൾ തുളുമ്പി. ദയനീയമായി, ആത്മാർത്ഥമായി ദമണിനോട് മനസ്സുകൊണ്ട് വിടപറഞ്ഞു. ഒയിത്തൊ ബ്രിഗാദ് (നന്ദി, ഒരുപാട് നന്ദി). എല്ലാത്തിനും നന്ദി. ഒബ്രിഗാദ്, ദമൗ.

www.ingramcontent.com/pod-product-compliance
Lightning Source LLC
LaVergne TN
LVHW040833051026
849519LV00007BB/2833